കൂലോത്തെ കാവ്

Koolothe kavu
Children's Literature/Novel

Premanand Champad

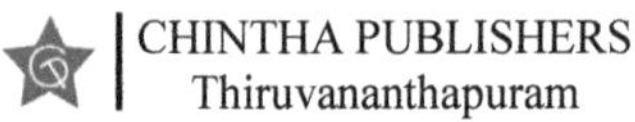

First Edition
April 2021

Typesetting
Star Communications Thiruvanathapuram

Published
Chintha Publishers, Thiruvananthapuram

Cover Design
Ratheesh Vincent

ISBN : 978-93-90301-17-1

CO - 2961 / 5371

Email: chinthapublishers@gmail.com
Website: www.chinthapublishers.com

Distribution
DESHABHIMANI BOOKHOUSE
H O Thiruvananthapuram 695035

Branch
Head Office Kunnukuzhi • Statue Thiruvananthapuram • KSRTC Bus Station Thiruvananthapuram
KSRTC Bus Station Alappuzha • KSRTC Bus Station Ernakulam • Machingal Lane Thrissur • IG Road Kozhikode • Mavoor Road Kozhikode • NGO Union Building Kannur • Central Bus Terminal Complex Thavakkara Kannur

കൂലോത്തെ കാവ്

പ്രേമാനന്ദ് ചമ്പാട്

ചിന്ത പബ്ലിഷേഴ്സ്
തിരുവനന്തപുരം-695 035

പ്രേമാനന്ദ് ചമ്പാട്

ജനനം 1955 ഒക്ടോബർ 12 ന് ചമ്പാട്. ബിരുദാനന്തര ബിരുദം നേടി. പ്രൈമറി സ്കൂൾ അദ്ധ്യാപകനായി ജോലി ചെയ്യുന്നു. വിശ്വദീപ്തി ചെറുകഥാ അവാർഡ്, ആശ്രയ ബാലസാഹിത്യ പുരസ്കാരം, ഗുരുസാഹിതി നോവൽ അവാർഡ്, അംബേദ്കർ അവാർഡ്, പി നരേന്ദ്രനാഥ് നാടക അവാർഡ് തുടങ്ങി നിരവധി സമ്മാനങ്ങൾ ലഭിച്ചിട്ടുണ്ട്.

കൃതികൾ: *അനന്തതയിലേക്ക്, പാതിവഴിയിൽ* (നോവലുകൾ), *ഒരേമുഖം* (കഥ), *ചിരുതത്തെയ്യം (കവിത), പാട്ടുകാരൻ, ഈണം, ഇനി വൈകിയാൽ, പരമാണുവിനെ പിളർന്ന മഹാശാസ്ത്രജ്ഞൻ, ഒരുമിക്കാൻ ഒരുപാടു ദൂരം, ഒന്നാനാം കുന്നിൽ, കൊച്ചുമത്സ്യകന്യക, സൗമ്യദീപം, ഹെയ്ദി, പറക്കുന്ന നിറങ്ങൾ, പച്ചപ്പിലേക്കു നോക്കുമ്പോൾ, പക്ഷികളെ അറിയാം, ശാസ്ത്രത്തിലെ അത്ഭുതങ്ങൾ, പാവങ്ങൾ, മാനിഷാദ, കറുത്ത സുന്ദരൻ* (ബാലസാഹിത്യം).

വിലാസം : പി ഒ ചമ്പാട്
കണ്ണൂർ – 670694

പ്രസാധകക്കുറിപ്പ്

പ്രകൃതിയുടെ ഭാഗമാണു മനുഷ്യരെന്ന വലിയ പാഠം കുട്ടികൾക്കു പകർന്നുനല്കുന്ന കൃതിയാണ് *കൂലോത്തെ കാവ്.* ഓണത്തിന്റെ പശ്ചാത്തലത്തിൽ കുട്ടികളിലേക്ക് പ്രകൃതിബോധം സംക്രമിപ്പിക്കുകയാണീ കൃതി. മനുഷ്യനും സസ്യങ്ങളും ജന്തുജാലങ്ങളും തമ്മിലുള്ള ജൈവബന്ധത്തെ ഈ കൃതി ഉദ്ദീപിപ്പിക്കുന്നു. കുട്ടികൾക്ക് അയത്ന ലളിതമായി വായിച്ചുപോകാൻ കഴിയുന്ന ഭാഷയിലാണീ കൃതി രചിക്കപ്പെട്ടിട്ടുള്ളത്. വായനയുടെ ലോകത്തേക്കു കുട്ടികളെ കൈപിടിച്ചുയർത്താൻ ഈ കൃതിക്കു കഴിയും.

ചിന്ത പബ്ലിഷേഴ്സ്

ഒന്ന്

ഓണക്കാലം.

ചിരിക്കുന്ന പകൽ.

എവിടുന്നോ ഓടി വരുന്ന കാർമേഘശകലങ്ങൾ. പനിനീർ പൊഴിക്കാൻ വേണ്ടി അവ തിരക്കു കൂട്ടുന്നു. എന്തോ, കുളിർക്കാറ്റ് മെല്ലെയേ വീശുന്നുള്ളൂ. അല്പാല്പം നീർത്തുള്ളികൾ വീണു. പിന്നെ കാറ്റുമില്ല. കാർമേഘവുമില്ല.

തെളിഞ്ഞ ആകാശം.

രാത്രിയിൽ പൊട്ടിച്ചിരിക്കുന്ന നീലച്ചന്ദ്രൻ. കാണാൻ നല്ല രസം.

ഓണത്തിന് കേരളം ഉണരുന്നു.

–ഇടവപ്പാതി കഴിഞ്ഞാൽ കേരളത്തിൽ മഴയുടെ കാലമായി. മിഥുനത്തിൽ തിരിമുറിയാത്ത മഴയാണ്. കർക്കിടകത്തിൽ കാറുമൂടിയ കറുത്ത നാളുകളായിരിക്കും. ചിങ്ങം പിറക്കുമ്പോൾ കേരളം ഉത്സാഹഭരിതമാകുന്നു. ഇത് ഓർമ്മയിലെ ചിത്രങ്ങൾ മാത്രമാകുകയാണ്. മറവിയിലേക്ക് മാഞ്ഞു പോകുമോ ഇങ്ങനെയുള്ള കാലങ്ങൾ....

മാസികയിലെ വാക്കുകൾ ബിജു വീണ്ടും വീണ്ടും വായിച്ചു. ശരിയാണ്. കഴിഞ്ഞ കൊല്ലം പെയ്തതിനേക്കാൾ കുറവേ ഇക്കൊല്ലം മഴ പെയ്തുള്ളൂ. കഴിഞ്ഞ കൊല്ലം അതിനു മുമ്പത്തെ

കൊല്ലത്തേക്കാൾ കുറവായിരുന്നു

മഴയുടെ അളവു കുറഞ്ഞു. മഴ പെയ്യുന്ന കാലം മാറിപ്പോകുന്നു. പകലത്തെ കാര്യമവിടെ നില്ക്കട്ടെ. രാത്രി ഉഷ്ണം കൊണ്ട് ഉറങ്ങാൻ പോലും കഴിയുന്നില്ല. ഇങ്ങനെയായാൽ വേനൽക്കാലം എത്തുംമുമ്പേ വരൾച്ച ബാധിക്കുമെന്നാണ് മാസികയിലെ കുറിപ്പിൽ മുന്നറിയിപ്പു നല്കുന്നത്.

ഭയപ്പെടുത്തുന്ന കാര്യമാണ് മാസികയിലുള്ളത്. എങ്കിലും കുറഞ്ഞ തോതിൽ ഇപ്രാവശ്യം മൂന്നു നാല് ദിവസം മഴ പെയ്തിരുന്നു. മഴയിൽ കുളിച്ചപ്പോൾ ചെടികൾക്കെല്ലാം പുത്തൻ ഉണർവ്വായി.

ഒരാഴ്ച കൊണ്ട് ഇലകൾ ഇല്ലാത്ത ചെടികളിലെല്ലാം തളിരിലകൾ നാമ്പിട്ടു. മഴയെത്തിയ സന്തോഷമാണ് ചെടികൾക്ക്. ഇനിയും മഴയുണ്ടാകുമെന്നാണ് അവയുടെ പ്രതീക്ഷ. ചിരി

ക്കുന്ന സൂര്യനെ നോക്കി ഇലകൾ കാറ്റിന്റെ സംഗീതത്തിനു ചെവിയോർത്തുനിന്നു.

ഓണം എത്തുന്നതിനു മുന്നേ പറമ്പിന്റെ വേലിയിറമ്പുകളിൽ കുറ്റിച്ചെടികളെല്ലാം പൂത്തുലഞ്ഞു. ഓണക്കാലത്തിന്റെ വരവറിയിക്കാൻ വരമ്പുകളിൽ മുക്കുറ്റികൾ കമ്മലണിഞ്ഞുനിന്നു. തെക്കൻ കാറ്റിന്റെ കുളിരേറ്റ് ചെടികൾ പുളകം കൊണ്ടു.

ആകർഷകങ്ങളായ അരിപ്പൂക്കളും കോഴിപ്പൂക്കളും മാടിവിളിക്കുന്നു. ശീവോതിച്ചെടികൾ ഐശ്വര്യത്തോടെ തലയുയർത്തി നില്ക്കുന്നുണ്ട്. പാടവരമ്പത്ത് കുഞ്ഞിപ്പൂക്കളും കാക്കപ്പൂക്കളും കണ്ണുതുറക്കുന്നു.

ഗ്രാമത്തിന്റെ ഈ സൗഭാഗ്യം ഇനിയെത്രകാലം. വരൾച്ചയായാൽ എല്ലാം കരിഞ്ഞു പോവില്ലേ എന്ന് ബിജു സങ്കടപ്പെട്ടു. എന്തായാലും തുമ്പയും തൊട്ടാവാടിയും കണികാണാൻ കഴിയുന്നത് ഒരു ഉല്ലാസമാണ് മനസ്സിന്.

അതിരാവിലെ തന്നെ ബിജുവും കൂട്ടുകാരും പൂ പറിക്കാൻ പോകും. ആരാദ്യം എന്ന് ഒരു മത്സരമുണ്ട്. മിക്ക ദിവസവും അവർ ഒരേസമയത്താണ് പറമ്പിലെത്തുക. പൂക്കൾ ശേഖരിക്കുന്നതിൽ ഒരു വാശിയുണ്ടെല്ലാവർക്കും. എത്രയും കൂടുതൽ പൂ പറിക്കുക. കഴിയുന്നത്ര ഭംഗിയിലും വലുപ്പത്തിലുമുള്ള പൂക്കളം ഉണ്ടാക്കുക. പൂക്കളത്തിന്റെ വലിപ്പം കൂടുന്തോറും മഹാബലിയുടെ ഇഷ്ടം കൂടുമെന്നായിരുന്നു കുട്ടികൾ വിശ്വസിച്ചത്. അതിനാണ് അവരുടെ മത്സരം.

ബിജുവിന് പൂ പറിക്കാൻ കുറച്ച് മടിയുണ്ട്. കൂട്ടുകാരുടെ ഇടയിൽ നിന്ന് പൂ പറിക്കുന്നതും പൂക്കളം ഒരുക്കുന്നതും ഒഴിവാക്കുന്നതിൽ വിഷമമുള്ളതുകൊണ്ടാണ് പൂ പറിക്കുന്നത്. കൊച്ചുകുഞ്ഞിനെ നോക്കി പൂവ് പറയുന്ന സങ്കടങ്ങൾ പദ്യത്തിൽ പഠിച്ചപ്പോൾ തൊട്ടേ ഉണ്ടായതാണോ മടി. രണ്ടു കാരണങ്ങളുണ്ടതിന്. പൂക്കളാണ് കായാവുക. കായിലാണ് വിത്തുകൾ ഉണ്ടാവുക. വിത്തുമുളച്ചാണ് പുതിയ സസ്യങ്ങൾ ഉണ്ടാവുക. പൂ പറിച്ചാൽ എത്രയോ ചെടികൾ ഉണ്ടാകുന്നത് ഇല്ലാതാകും. അങ്ങനെ ചെയ്യുന്നത് പാപമാണെന്ന് ബിജുവിന് തോന്നി.

പിന്നെ ചില പൂക്കൾ പറിക്കുമ്പോൾ പറിച്ച സ്ഥലത്തുനിന്നും ദ്രാവകങ്ങൾ വരുന്നതു കണ്ടിട്ടുണ്ട്. ചെടിയുടെ ചോരയാണോ ആ ദ്രാവകമെന്ന് ബിജു സംശയിച്ചു. അതാണെങ്കിൽ ചെടിക്ക് വേദനിക്കുകയും ചെയ്യും. ആരെയും വേദനിപ്പിക്കുന്നത് ബിജുവിന് ഇഷ്ടമല്ല. എന്നാൽ ഇതൊക്കെ കൂട്ടുകാരോട് പറയുന്നതെങ്ങനെയെന്ന് ശങ്കിച്ച് പറയാതിരിക്കുകയായിരുന്നു. അതുകൊണ്ട് മനമില്ലാമനസ്സോടെ പൂ പറിക്കാൻ പോയി.

ബിജുവിന് ഉത്സാഹക്കുറവുള്ളതായി കൂട്ടുകാർക്കു തോന്നി. അവർ കാര്യം തിരക്കി.

"എന്താ ബിജു നിനക്കൊരു വിഷമം?"

"ഏയ് ഒന്നുമില്ല."

"എന്തോ ഉണ്ട്. അല്ലാതെ നീയിങ്ങനെ ഉഷാറില്ലാതെ."

"ഉഷാറൊക്കെയുണ്ട്."

"പൂ പറിക്കാൻ വരുമ്പോൾ മാത്രം നീയിങ്ങിനെ എന്താ?"

"ഒന്നുമില്ലെടോ..."

"അതല്ല. നമ്മളെ.... മത്സരത്തിൽ ജയിക്കാഞ്ഞിട്ടാ?"

പൂക്കൾ ശേഖരിക്കുന്നതിൽ അവർ ഒരു മത്സരം വെച്ചിട്ടുണ്ട്. ഏറ്റവും കൂടുതൽ പൂക്കൾ ശേഖരിക്കുന്ന ആൾക്ക് മറ്റുള്ളവരെല്ലാംകൂടി സമ്മാനമായി കുറച്ചു പൂക്കൾ കൊടുക്കുക എന്നുള്ളതാണ് മത്സരരീതി.

കഴിഞ്ഞ രണ്ടു ദിവസങ്ങളിലും ബിജുവിന് സമ്മാനം കിട്ടിയിട്ടില്ല. സമ്മാനം കിട്ടണമെന്നൊക്കെയുണ്ട്. എന്നാൽ അതിനുവേണ്ടി ശ്രമിക്കാൻ തോന്നുന്നില്ല.

"ഉഷാറായിട്ടു നോക്കിയാൽ നിനക്കും ജയിക്കാം."

"എനിക്ക്...."

"എന്താ നിർത്തിക്കളഞ്ഞത്?"

"അല്ല. നിങ്ങൾ ജയിക്കുന്നുണ്ടല്ലോ..."

"അപ്പോ... അതാ കാര്യം... നീ പൂ പറിക്കാതെ... ഞങ്ങൾക്ക് നിന്നെ ജയിപ്പിക്കാൻ കഴിയോ?"

"എനിക്കങ്ങനെ വേണമെന്നില്ല."

"അതിനെന്താ കാരണം?" ഒടുവിൽ കാര്യം പറയാൻ തന്നെ

ബിജു തീരുമാനിച്ചു.

"പൂ പറിക്കുമ്പോ ചെടിക്ക് വേദനിക്കൂല്ലേ?"

"അയ്യോ... കൂയ്..."

ചങ്ങാതിമാർ അവനെ തമാശയാക്കി ചിരിച്ചു.

"ഇതാ നിന്റെ വിചാരം? എന്നാ നിന്റെ കാര്യം പോക്കാ."

"എടോ ബിജു.. ചെടിയിൽനിന്ന് നമ്മൾ പറിച്ചില്ലേലും പൂ വീണു പോകും. അതിന് വേദനിക്കുകയൊന്നുമില്ല."

"എന്നിട്ട് പാഠത്തിൽ അങ്ങനെയുണ്ടല്ലോ."

"അല്ല അതൊരു നുള്ളലിന്റെ വേദന ഉണ്ടാവുമായിരിക്കും. അത്രയേ ഉള്ളൂ."

"അത് മോശമല്ലേ?"

"അങ്ങനെ വിചാരിച്ചാൽ ഇവിടെ എന്തെങ്കിലും കാര്യം നടക്കുമോ?"

"എനിക്കത് ആലോചിക്കുമ്പോ വലിയ വിഷമമാ."

"പൂവിനു വേണ്ടി കൃഷി ചെയ്യുന്നവർ അപ്പോ എന്താ ചെയ്യുക?"

"അതൊന്നും എനിക്കറിഞ്ഞുകൂടാ."

"എന്നാൽ പിന്നെ വേണ്ടാത്ത കാര്യങ്ങൾ ആലോചിച്ച് തല പുണ്ണാക്കേണ്ട. വേഗം പൂ പറിക്ക്... ജയിക്ക്."

"അതല്ലേടോ..."

"ഇവന് പിരാന്താ.."

"എടോ ബിജു പൂ പറിക്കുന്നത് കുറ്റമല്ല. പാപമല്ല. ഇനി ഉണ്ടെങ്കിൽത്തന്നെ മാവേലിക്കായതുകൊണ്ട് ഒരു കുറ്റവുമില്ല. വാ."

ബിജു കൂട്ടുകാരോടൊപ്പം കൂടി. എന്തു പ്രയാസമുണ്ടായാലും സഹായിക്കുന്ന കൂട്ടുകാരാണ്.

"നമ്മള് ചെടിയെ നശിപ്പിക്കുന്നില്ല. പിടിച്ചുപറിച്ച് പൊട്ടിക്കുന്നില്ല. മാവേലിക്കുവേണ്ടി പൂ പറിക്കുന്നുവെന്നല്ലേയുള്ളൂ. നീ ഞങ്ങളെപോലെ ചെയ്യ്."

ഒരു ദിവസം മുഴുവൻ ബിജു അതിനെക്കുറിച്ച് ആലോചിച്ചു. നാണുവേട്ടൻ തേങ്ങാ കൊത്തിയിടുന്നതും കുഞ്ഞിരാമേ

ട്ടൻ വാഴയിൽനിന്ന് കുല കൊത്തിയെടുക്കുന്നതും വാസുവേട്ടൻ ഇലമുറിച്ചു കൊണ്ടു പോകുന്നതും ഒക്കെ ബിജു ആലോചിച്ചു. തെങ്ങിനും വാഴയ്ക്കുമൊക്കെ വേദനയുണ്ടാകുന്നുണ്ടാകാമെങ്കിലും സാരമില്ല എന്നു ബിജു തീരുമാനിച്ചു.

നാലാം ദിവസമാകുന്നേയുള്ളൂ. ബിനുവിനും ബിന്ദുവിനും ബിനോജിനും സമ്മാനം കിട്ടിക്കഴിഞ്ഞു. ബിജുവിനു മാത്രമാണ് സമ്മാനം കിട്ടാത്തത്. എല്ലാ ദിവസവും തോറ്റുപോകുന്നത് കുറച്ചിൽ തന്നെയാണ്. എങ്ങനെയെങ്കിലും സമ്മാനം നേടണമെന്ന് ബിജു മനസ്സിലുറപ്പിച്ചു.

അതിരാവിലെ എല്ലാവരും എത്തിച്ചേരും. അതിനേക്കാൾ മുന്നേ പറമ്പിലിറങ്ങുന്ന കാര്യം ഓർത്തപ്പോൾ ഉള്ളൊന്ന് ആളി.

സൂര്യൻ ഉദിക്കാൻ ഇനിയും ഏറെ നേരം വേണം. പൂക്കളുള്ള സ്ഥലത്ത് ആദ്യം എത്തണമെന്ന വിചാരമുള്ളതുകൊണ്ട് പുലർച്ചെതന്നെ ഉണർന്നിരുന്നു.

ബിജു എഴുന്നേറ്റ് അമ്മയുടെ അടുത്തുചെന്ന് വിളിച്ചു.

"അമ്മേ... അമ്മേ..."

"എന്താ മോനേ...?"

"അമ്മ എണീറ്റാട്ടെ..."

"നേരം പുലർന്നിട്ടില്ല. സാധാരണ എഴുന്നേല്ക്കുന്ന സമയത്ത് എണീക്കാം. മോനുറങ്ങിക്കോ."

"എണീക്കമ്മേ...?"

"എന്തിനാ ഇത്രനേരത്തെ?"

"പൂ പറിക്കണം."

"ഇരുട്ടത്തൊന്നും പൂ പറിക്കാൻ പോകില്ല. കുറച്ച് വെളിച്ചം വരട്ടെ."

"എണീക്കമ്മേ..."

ബിജുവിന്റെ നിർബ്ബന്ധം സഹിക്കാൻ കഴിയാതെ അമ്മ എഴുന്നേറ്റു. വാതിൽ തുറന്നു കൊടുക്കേണ്ടിയും വന്നു.

ബിജു മുറ്റത്തുപോയി മൂത്രമൊഴിച്ചു.

ആകാശത്തു കണ്ണുകൾ പതിച്ചു. ശുക്രൻ ഉദിച്ചു ചിരിക്കുന്നതുപോലെ ബിജുവിന് തോന്നി.

"അമ്മേ അതാ കൊറ്റി ഉദിച്ചല്ലോ... ഇനി വേഗം നേരം പുലരും."

പൂക്കൾ ശേഖരിക്കാനുള്ള ചെറിയ കൂടകൾ ചെടികൾക്കിടയിലാണ് തിരുകിവെച്ചിരുന്നത്. രണ്ടു മൂന്നെണ്ണമുണ്ട്. പലതരം പൂക്കൾ ഒന്നിൽ പറിച്ചിട്ടാൽ പൂവിടുമ്പോൾ തിരയാൻ പ്രയാസമാവും. കൂടുതലായി കിട്ടുന്നവ വേറെ വേറെ കൂടകളിലായാൽ വേർതിരിക്കാൻ പ്രയാസമുണ്ടാവില്ല. എല്ലാത്തിനും വാഴനാരു കൊണ്ട് കഴുത്തിൽ തൂക്കിയിടാനുള്ളതുമുണ്ട്.

"ഇന്നു ഞാൻ സമ്മാനം വാങ്ങും."

ബിജു അറിയാതെ പറഞ്ഞുപോയി.

"എന്താ, ബിജു നീ പറയുന്നത്?"

"ഞാൻ പോയിട്ട് വേഗം വരാം."

പൂ പറിക്കാൻ പോവുകയാണെന്നു കണ്ടപ്പോൾ അമ്മ തടഞ്ഞു.

"ഇരുട്ടത്തു പോകേണ്ട മോനേ. പാമ്പോ മറ്റോ ഉണ്ടെങ്കിൽ കാണില്ലല്ലോ. വെളിച്ചമായിട്ടു പോകാം. മോനേ, ബിജു ഇങ്ങോട്ടുവാ.."

പാമ്പെന്നു കേട്ടപ്പോൾ ബിജുവിനും ചെറിയ ഒരു അങ്കലാപ്പുണ്ടായി. എങ്കിലും മത്സരബുദ്ധി അവന്റെയുള്ളിലും ഉണ്ടായിരുന്നു. അതുകൊണ്ട് പോകാൻ തന്നെയായിരുന്നു വിചാരം.

അമ്മ ബിജുവിന്റെ അടുത്തേക്ക് ഓടിച്ചെന്നു കൈ പിടിച്ചു. വലിച്ചു കോലായിലേക്കു കയറ്റി. അവൻ കുതറി നോക്കി. അമ്മ വിട്ടില്ല.

അച്ഛനും ചേട്ടനും കുഞ്ഞേച്ചിയും ഉറങ്ങുകയാണ്. ഈ സമയത്ത് അമ്മയെ വിളിച്ചുണർത്തിയതുതന്നെ വേഗം പോയി പൂ പറിച്ച് സമ്മാനം നേടാനാണ്.

കൂട്ടുകാരിൽനിന്ന് സമ്മാനം നേടുന്നതിന്റെ അന്തസ്സൊന്നും അമ്മയ്ക്കറിയില്ല.

തന്റെ വിഷമം എങ്ങനെയാണ് അമ്മയെ ബോദ്ധ്യപ്പെടുത്തുക എന്നറിയാതെ ബിജു വിഷമിച്ചു. അവന്റെ കണ്ണുകളിൽനിന്നും ഒഴുകിയിറങ്ങിയ ചൂടുള്ള കണ്ണുനീർ അമ്മയുടെ കൈകളിൽ വീണു.

അമ്മ ബിജുവിനെയും കൂട്ടി അകത്തേക്കുപോയി.

രണ്ട്

അച്ഛന് സ്നേഹക്കുറവൊന്നുമില്ല. പക്ഷേ, തേനേ മുത്തേ എന്ന് പറഞ്ഞ് വാരിപ്പുണരുകയൊന്നുമില്ല. എന്തുവേണമെങ്കിലും ചെയ്തുതരും. നക്ഷത്രങ്ങളിൽനിന്നും ഇഷ്ടമുള്ള ഒന്നിനെ വേണമെന്നു പറഞ്ഞാൽ അച്ഛൻ എങ്ങനെയും അത് എത്തിച്ചിട്ടുണ്ടാവും.

അച്ഛൻ വിചാരിക്കുന്ന സമയത്ത് പരിസരത്തെവിടെയെങ്കിലും ഉണ്ടായിരിക്കണം. ഇല്ലെങ്കിൽ അച്ഛന് വേവലാതിയാണ്. എവിടെയാണുള്ളതെന്ന് തിരഞ്ഞുകൊണ്ടിരിക്കും. അല്ലെങ്കിൽ വെറുതെ വിളിക്കും. വിളിക്കുന്ന സമയത്ത് കണ്ടില്ലെങ്കിലും വെപ്രാളമാണ്. എങ്ങോട്ടാണ് പോയതെന്ന് തിരക്കും. അമ്മയോടും ചേട്ടനോടും കുഞ്ഞേച്ചിയോടും ചോദിച്ചുകൊണ്ടേയിരിക്കും.

ഇഷ്ടമുള്ളവരുടെ കാര്യത്തിലൊക്കെ അച്ഛന് അങ്ങനെയാണ്. അധികസമയം കാണാതിരിക്കാൻ പറ്റില്ല. ഒച്ചയെങ്കിലും കേൾക്കണം.

ഒരു കാര്യത്തിൽ അച്ഛൻ വലിയ വാശിക്കാരനാണ്. അച്ഛനെ അനുസരിച്ചില്ലെങ്കിൽ സാരമില്ല. മറ്റുള്ള മുതിർന്നവർ പറയുന്നത് അനുസരിച്ചേ മതിയാവൂ. അതിൽ ഒരു വിട്ടുവീഴ്ചയും അനുവദിക്കില്ല.

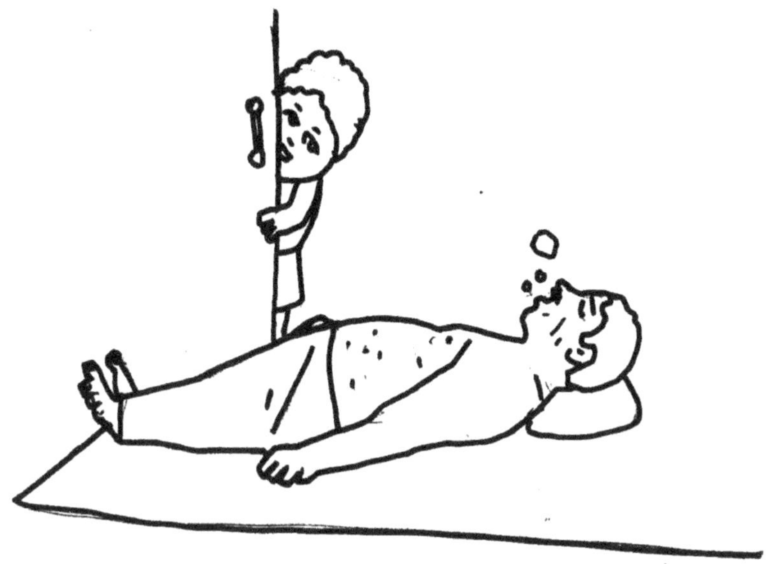

അമ്മയുടെ വാക്കുകൾ അനുസരിക്കാതെ പൂ പറിക്കാൻ പോയാൽ അച്ഛനു രസിക്കില്ല. അതുകൊണ്ട് ബിജു അമ്മയെ എതിർത്തില്ല.

കുറച്ചു സമയം കഴിഞ്ഞു. അമ്മ വിളിച്ചു.

"ബിജൂ..."

ബിജു വെറുതെയിരിക്കുകയായിരുന്നു. ഒന്നും ചെയ്യാൻ തോന്നുന്നില്ല.

"ബിജൂ... പല്ലുതേച്ചിട്ടുവാ.. അപ്പോഴേക്ക് വെളിച്ചം വരും. എന്നിട്ട് പൂ പറിക്കാൻ പോകാം."

രാവിലെതന്നെ അമ്മ മുടക്കം പറഞ്ഞതുകൊണ്ട് ബിജുവിന്റെ സന്തോഷമെല്ലാം പോയി.

എന്തെങ്കിലും അപകടം പറ്റുമോ എന്നു കരുതിയാണ് അമ്മ പോകാൻ സമ്മതിക്കാത്തതെന്ന് ബിജുവിനറിയാം. കുട്ടികളുടെ സുരക്ഷിതത്വത്തിന് അമ്മ എപ്പോഴും ശ്രദ്ധിക്കാറുള്ളത് ബിജു

കാണാറുള്ളതാണ്. എന്നാൽ ബിജുവിന്റെ പ്രയാസം അമ്മ മനസ്സിലാക്കുന്നില്ലല്ലോ എന്നാണ് അവൻ സങ്കടപ്പെട്ടത്.

വെറും പാവപോലെ പ്രഭാതകൃത്യങ്ങളെല്ലാം ചെയ്തു. അതിനുശേഷം കസേരയിൽ പോയിരുന്നു. വെളിച്ചം വന്നിട്ടില്ലാത്ത ആകാശത്തിലാണ് അവന്റെ നോട്ടം.

അമ്മ പണിത്തിരക്കിനിടയിൽ അവന്റെ അടുത്ത് വെറുതെ വന്നു നോക്കി. ബിജുവിന്റെ ദുഃഖാകുലമായ മുഖം അമ്മ കണ്ടു.

"മോൻ നേരം വെളുത്തിട്ടുപോയാ മതി. എന്താ... സമ്മാനമാണോ വലിയ കാര്യം? എന്തെങ്കിലും ആപത്തു പറ്റിയെങ്കിലോ... വെളിച്ചം വന്നിട്ട് മോൻ പൊയ്ക്കോ."

അമ്മ അതും പറഞ്ഞ് അടുക്കളയിലേക്കു പോയി.

ഒന്നും തോന്നിയില്ല. മനസ്സ് മടിഞ്ഞപോലെ.

രാവിലെ വിളിച്ചതുകൊണ്ട് അമ്മയ്ക്ക് സൗകര്യമായി. അമ്മയുടെ ജോലികളൊക്കെ നേരത്തെ തീരും.

അച്ഛന്റെ കൂർക്കംവലി കേൾക്കുന്നുണ്ട്. അച്ഛൻ എപ്പളും അങ്ങനെയാണ്. നല്ല ഉറക്കമായിരിക്കും. കൂർക്കംവലിയും സ്ഥിരം. വളരെ വൈകിയാണ് അച്ഛൻ ഉറങ്ങുക. എന്തൊക്കെയോ പരിശോധിക്കുകയും എഴുതുകയും ചെയ്യുന്നതു കാണാം. ആ സമയത്ത് അടുത്താരും ചെല്ലുകയില്ല. ശല്യപ്പെടുത്തേണ്ട എന്നു വിചാരിച്ചാണ്.

കൃത്യസമയത്ത് അച്ഛൻ ഉണരും. എന്തും കൃത്യനിഷ്ഠയോടെ ചെയ്യും. ഒരിക്കലും തിരക്കു പിടിച്ച് ഒന്നും ചെയ്യുന്നതു കണ്ടിട്ടില്ല. എല്ലാം സമയത്തിനു ചെയ്തു തീർക്കും. ഓരോ ദിവസത്തെയും ജോലിതീർത്തിട്ടേ ഉറങ്ങുകയുള്ളൂ. അതുകൊണ്ട് രാവിലെ വെപ്രാളമൊന്നും ഉണ്ടാവില്ല. പതിവായി അച്ഛനെ കാണുന്നവർക്ക് എത്ര സമയമായി എന്നു പറയാൻ കഴിയും. ഒരേസമയത്താണ് വീട്ടിൽ നിന്നിറങ്ങുന്നതും. ഇത്ര കൃത്യമായി എല്ലാ കാര്യങ്ങളും ചെയ്യുവാൻ എങ്ങനെയാണ് സാധിക്കുന്നതെന്ന് നാട്ടുകാർക്ക് അത്ഭുതമാണ്.

കഴിഞ്ഞ ദിവസം രാത്രി മുഴുവൻ ബിജു ആലോചിച്ചത് പൂ പറിക്കുന്നതിനെക്കുറിച്ചു മാത്രമാണ്. അമ്മ അറിയുന്നില്ല ബിജുവിന്റെ ഈ വേവലാതികളൊന്നും.

ബിനോജും ബിന്ദുവുമൊക്കെ അതിരാവിലെ പൂവട്ടികളുമായി പാട്ടുംപാടി പോകുന്നത് മനസ്സിൽ കണ്ടുകൊണ്ട് ബിജു ഇരുന്നു.

ബിന്ദു മെല്ലെ നടന്നു പോവില്ല. ഓടിയും ചാടിയുമാണ് അവളുടെ പോക്ക്. അവൾക്ക് തിളങ്ങുന്ന പാദസരമുണ്ട്. അതിന്റെ കിലുക്കംകേൾക്കുമ്പോൾത്തന്നെ പൂക്കൾ പൂവട്ടിയിലേക്ക് ഇറുന്നുവീഴും. പൂ പറിക്കുന്നതിന് അവൾക്ക് പ്രത്യേകമായ ഒരു സാമർത്ഥ്യമുണ്ട്. എത്രവേഗത്തിലാണ് ബിന്ദു പൂക്കൾ പറിക്കുന്നത്..

പൂവിനും ചെടിക്കും വേദനിക്കരുത് എന്നു കരുതി സാവധാനത്തിലാണ് ബിജു പൂക്കളിറുക്കുക. ബിജുവിന് കുറച്ചു പൂക്കളേ കിട്ടുകയുള്ളൂ.

വേഗം പൂവിറുക്കുന്നത് സമ്മാനം കിട്ടണമെന്നു വിചാരിച്ചിട്ടല്ല. അതാണ് ബിന്ദുവിന്റെ രീതി. ഇരിക്കുമ്പോൾപോലും അവൾക്ക് തിരക്കുള്ളതുപോലെതോന്നും. അവളുടെ ഒപ്പം നടക്കാനും വിഷമമാണ്. അവളെപ്പോഴും മുന്നിലായിരിക്കും. തുള്ളിത്തുള്ളി രസിച്ചുകൊണ്ടാണവളുടെ നടത്തം. അതിനൊപ്പിച്ചുള്ള പാദസരത്തിന്റെ കിലുക്കത്തിനുമുണ്ട് നല്ല രസം. ഏതോ പാട്ടിനു താളമിടുന്നതുപോലെയുണ്ടാവും. അല്ലെങ്കിൽ നൃത്തം ചെയ്യുന്നതുപോലെ.

ഓർത്തോർത്ത് കസേരയിൽ ഇരുന്നു കൊണ്ടുതന്നെ ബിജു ഉറങ്ങിപ്പോയി. അവനറിയാതെ കവിളിലൂടെ കണ്ണീർ ചാലിട്ടിരുന്നു.

ഓണത്തിന് കലാസമിതി പൂക്കളമത്സരം നടത്തുന്നുണ്ടെന്ന് പറഞ്ഞിരുന്നു. ബിജുവും കൂട്ടുകാരും കൂടി ഒരു പൂക്കളമുണ്ടാക്കാമെന്നാണ് തീരുമാനിച്ചിരുന്നത്. തമ്മിൽത്തമ്മിൽ മത്സരിക്കാൻ അവർക്കു താല്പര്യമില്ല. കൂട്ടുകാരെല്ലാവരും കൂടിയാവുമ്പോൾ പൂക്കളം മനോഹരമാകുമെന്ന് അവർക്ക് ഉറപ്പുണ്ട്.

“ആരുടെ വീട്ടിലാ പൂക്കളമുണ്ടാക്കുന്നത്?” ബിജു ചോദിച്ചു.

“എവിടെയായാലും സാരമില്ല നല്ല സ്റ്റൈലായിട്ടിടണം.”

“അങ്ങനെയാണെങ്കിൽ..”

“ആണെങ്കിൽ...?”

"പറ..."

"ബിന്ദുവിന്റെ വീട്ടിലായിക്കോട്ടെ."

ബിജുവാണ് നിർദ്ദേശിച്ചത്.

"ആയിക്കോട്ടെ."

എല്ലാവരും പറഞ്ഞു. എല്ലാവർക്കും സമ്മതം.

ബിന്ദുവിന്റെ വീട്ടിൽ പൂക്കളമൊരുക്കുന്നതും കലാസമിതിക്കാർ കാണാൻ വരുന്നതുമൊക്കെയായിരുന്നു ബിജുവിന്റെ സ്വപ്നത്തിൽ.

കവിളിലൂടെ ഒഴുകിയ കണ്ണീരിന്റെ പാടുകൾ മാഞ്ഞുപോയിട്ടില്ല. ആ കണ്ണീരും കണ്ടുകൊണ്ടാണ് സൂര്യൻ ഉണർന്നത്. സൂര്യന്റെ മുഖം ചുവന്നു തുടുത്തിരുന്നു.

സ്വപ്നത്തിൽ സന്തോഷമായിരുന്നതുകൊണ്ട് ബിജുവിന്റെ മുഖത്ത് ചിരി പടർന്നിരുന്നു.

അച്ഛൻ സാധാരണപോലെ എഴുന്നേറ്റുവരികയായിരുന്നു. അത്തം തുടങ്ങി പൂക്കളമാണ് കണികാണാറുള്ളത്. കസേരയിൽ ഇരുന്നുറങ്ങുന്ന ബിജുവിനെക്കണ്ട് അച്ഛന് അത്ഭുതം തോന്നി.

"നളിനീ ഇതുകണ്ടോ? ഇതെന്താ ബിജുവിന് പറ്റിയത്?"

വിളികേട്ടുണർന്ന ബിജു കണ്ണുതുറന്നു. അവൻ ഞെട്ടിപ്പോയി.

മൂന്ന്

നേരം പരപരാ വെളുത്തിരിക്കുന്നു.

ബിന്ദുവും കൂട്ടരും ദൂരെ നിന്നേ പാട്ടുപാടുന്ന ശബ്ദം കേൾക്കുന്നുണ്ട്. അവർ ഓടിവരികയാണ് പാടിക്കൊണ്ട്.

ദൂരെ നിന്നേ അവരെ കണ്ടു. എന്തുചെയ്യണമെന്നറിയാതെ ബിജു നോക്കി നിന്നു.

അവർ ബിജുവിന്റെ വീട്ടിലേക്കാണു വരുന്നത്.

മുറ്റത്തെത്തിയതും അവർ തുരുതുരാ ചോദ്യങ്ങൾ ചോദിച്ചു.

"ബിജൂനെ ഞങ്ങൾ എവിടെയെല്ലാം നോക്കി?"

"എന്താ പൂ പറിക്കാൻ വരാതിരുന്നത്?"

"നിനക്കെന്താ സുഖമില്ലേ?"

"ബിജു കരഞ്ഞിരുന്നോ?"

"എന്തുപറ്റിയെടോ?"

"എന്താടോ വിഷമം?"

"നമ്മളെ മത്സരത്തിൽ തോറ്റുപോകുംന്ന് വിചാരിച്ചിറ്റാ?"

"അതിന് നമ്മള് തമ്മില് അങ്ങനെയുള്ള മത്സരമൊന്നും ഉണ്ടാവില്ലാല്ലോ."

"അതെല്ലാം തല്ക്കാലത്തേക്കല്ലേ?"

"കാര്യമായ മത്സരം വര്ന്ന്ണ്ടല്ലോ. കലാസമിതിയുടേത്.."

"ങ്ഹും അതിന് നമ്മളെല്ലാരും ഒത്തിട്ടല്ലേ മത്സരം."

ബിജുവിന് അവരുടെ ചോദ്യങ്ങൾക്ക് ഉത്തരം പറയാൻ കഴിഞ്ഞില്ല.

മുറ്റത്ത് ഇന്നലത്തെ പൂക്കളത്തിന്റെ അവശിഷ്ടമൊന്നുമില്ല. കുഞ്ഞേച്ചി മുറ്റമടിക്കുമ്പോൾ പൂക്കൾ വാരി പുരപ്പുറത്തേക്ക് എറിഞ്ഞിട്ടുണ്ടാവും.

കണ്ണുകൾ നിറഞ്ഞൊഴുകി. തേങ്ങലുകളാണ് പുറത്തുവന്നത്.

ബിന്ദു ആശ്വസിപ്പിച്ചുകൊണ്ട് പറഞ്ഞു.

“ഇന്ന് പൂക്കളാണ്ടാക്കാൻ ഞങ്ങള് പൂ തരാം. നീ കരയേണ്ട ബിജൂ.”

ബിനു ഒരു വാഴയില കീറിക്കൊണ്ടുവന്നു. കൂട്ടുകാർ അവരുടെ കൂടയിൽനിന്നും കുറേശ്ശെ പൂക്കൾ ഇലയിലേക്കിട്ടു.

അതുവേണ്ടെന്നു പറയാൻ ബിജുവിനു കഴിഞ്ഞില്ല. കൂട്ടുകാരുടെ സഹായം ബിജുവിനെ കൂടുതൽ സങ്കടപ്പെടുത്തി.

വർത്തമാനം പറഞ്ഞും ഇക്കിളിപ്പെടുത്തിയും ബിജുവിനെ സന്തോഷിപ്പിക്കാൻ കൂട്ടുകാർ ശ്രമിച്ചു. അവന്റെ വിഷമം കുറേ കുറഞ്ഞശേഷമാണ് അവർ അവിടുന്നു പോയത്.

നേരം വെളുത്തിട്ടും കുഞ്ഞേച്ചി വിളിച്ചില്ലല്ലോ. അമ്മയും ഒട്ടും ശ്രദ്ധിച്ചില്ല. അങ്ങനെ വിചാരിക്കുമ്പോഴും അവരെ കുറ്റപ്പെടുത്തുന്നത് ശരിയല്ല എന്നു ബിജു കരുതി. എല്ലാവരും രാവിലെ തിരക്കിലാണ്. തിരക്കിനിടയിൽ തന്റെയൊരു പൂക്കളത്തെക്കുറിച്ച് ഓർമ്മിക്കാനൊന്നും അവർക്ക് സാദ്ധ്യമല്ല.

ഇനിയെന്ത് പൂക്കളമിടാനാണ്.

എന്നാലും ചങ്ങാതിമാർ എത്രയോ നല്ലവരാണ്. ഒരു കുറ്റപ്പെടുത്തലുമില്ലാതെ പൂ തന്നു. തന്റെ വിഷമം ഇല്ലാതാക്കാനാണ് അവർ ശ്രമിച്ചത്. കൂട്ടത്തിലുള്ളവരെ സഹായിക്കുന്നവരാണ് നല്ല കൂട്ടുകാർ.

അവർ തന്ന പൂക്കൾ വെറുതെ കളയുന്നത് ശരിയല്ല. അവർ മനസ്സറിഞ്ഞു തന്നതാണ്. തന്റെ വിഷമം മനസ്സിലാക്കിയുള്ള കൂട്ടുകാരുടെ സഹായമാണ്.

ബിജുവിന് തീരെ ഉത്സാഹം തോന്നിയില്ല. ബിജു മുറ്റത്തിറങ്ങി. മുറ്റം വൃത്തിയാക്കേണ്ടതൊന്നുമില്ല. പൂക്കളമൊരുക്കുന്നതിന് തുടങ്ങിയതേയുള്ളൂ. ചിരിക്കുന്നതുകേട്ട് തിരിഞ്ഞു നോക്കി. ചേട്ടനും കുഞ്ഞേച്ചിയും പൊട്ടിച്ചിരിക്കുകയാണ്. അവർ തന്നെ കളിയാക്കിച്ചിരിക്കുന്നതാണെന്നു ബിജുവിനു മനസ്സിലായി. ങ്ഹാ കളിയാക്കട്ടെ. ചിരിക്കട്ടെ. ഉറങ്ങിപ്പോയതുകൊണ്ടാവും. എന്നാലും പൂക്കളം ഇല്ലാതായിട്ടില്ലല്ലോ.

“ബിജൂ.. ചായ കുടിക്കാൻ വാ...”

അമ്മ വിളിക്കുകയാണ്. അമ്മയുടെ വിളികേട്ടതായിപ്പോലും കാണിച്ചില്ല. അമ്മ വരാന്തയിൽ നിന്നാണ് വിളിക്കുന്നത്. ബിജു അങ്ങോട്ടു നോക്കിയില്ല.

കുഞ്ഞേച്ചി പല്ലുതേക്കാൻ അങ്ങോട്ടുവന്നു. ബിജു ഇടയ്ക്കൊന്ന് തിരിയുമ്പോഴാണ് കുഞ്ഞേച്ചിയെ കണ്ടത്. ബിജു പെട്ടെന്ന് ഓടിച്ചെന്നു ബ്രഷ് തട്ടിത്തെറിപ്പിച്ചു. പേസ്റ്റ് തേച്ച ബ്രഷ് മുറ്റത്തേക്ക് തെറിച്ചുവീണു. മുഖം കൂർപ്പിച്ച് കൊഞ്ഞനം കാണിച്ച് അവൻ തിരിച്ചുവന്നു.

ചെയ്തുകഴിഞ്ഞ ശേഷമാണ് വേണ്ടായിരുന്നു എന്ന തോന്നലുണ്ടായത്. ബിജു പൂക്കളം പൂർത്തിയാക്കാനിരുന്നു.

എല്ലാവരും എന്തിനാണ് ബ്രഷും പേസ്റ്റും ഉപയോഗിച്ച് പല്ല് വൃത്തിയാക്കുന്നതെന്ന് ബിജു ആലോചിച്ചു. പല്ലുതേക്കുന്നതിന് ഏറ്റവും നല്ലത് മാവിലയാണെന്ന് പപ്പൻ മാഷ് പറയാറുണ്ട്. മാവില വെറുതെ വായിലിട്ടു ചവയ്ക്കുന്നതുതന്നെ പല്ലിനും മോണയ്ക്കുമൊക്കെ നല്ല ഗുണകരമാണ്. പഴുത്ത മാവിലയാണ് ഏറ്റവും നല്ലത്. പഴുത്ത മാവിലകൊണ്ട് പല്ലുതേച്ചാൽ പുഴുത്ത പല്ലും തെളിച്ചമുള്ളതാകുമത്രെ.

ബ്രഷ് സ്ഥിരമായി ഉപയോഗിച്ചാൽ പല്ലിന്റെ പുറത്തെ കവചം തേഞ്ഞുപോകും. പല്ലിന്റെ നിറത്തിന് വ്യത്യാസം വരും. പേസ്റ്റിലാണെങ്കിൽ ദോഷകരങ്ങളായ പദാർത്ഥങ്ങൾ അടങ്ങിയിട്ടുമുണ്ട്. പല്ലുകൾ ദ്രവിച്ചുപോകാൻ അതു കാരണമാകും.

ആരോഗ്യമുള്ള പല്ല് ശരീരത്തിന്റെ ആരോഗ്യത്തിനും ആവശ്യമാണ്. ഭക്ഷണ പദാർത്ഥങ്ങൾ നന്നായി ചവച്ചരച്ച് കഴിച്ചാലാണ് ദഹനം എളുപ്പത്തിലാവുക. പല്ലുകൾ ചീത്തയായാൽ ഭക്ഷണത്തിന്റെ അവശിഷ്ടങ്ങൾ പല്ലുകൾക്കിടയിൽ കുടുങ്ങും. ജീവാണുക്കൾ അവയുമായി പ്രവർത്തിച്ച് വായ് നാറ്റമുണ്ടാകാൻ കാരണമാകും. ജീവാണുക്കളുടെ പ്രവർത്തനം മൂലം ചീത്തയായിത്തീരുന്ന ഭക്ഷണാവശിഷ്ടങ്ങൾ വയറ്റിലെത്തിയാൽ വയറുകേടാകാനും ഇടയുണ്ട്. പല്ല് വൃത്തിയായും ഭംഗിയായും സൂക്ഷിച്ചാൽ ആരോഗ്യത്തിനും സൗന്ദര്യത്തിനും നല്ലതാണ്.

മുറ്റത്തിനടുത്തു തന്നെയുള്ള മാവിന്റെ തൈയിൽനിന്ന് ഒരില പറിച്ചെടുത്ത് പല്ലുതേച്ചുകൊണ്ട് ബിജു നടന്നു. എന്തെല്ലാം തരത്തിലുള്ള ചെടികളാണ് വളപ്പിലുള്ളതെന്ന് ബിജു അത്ഭുതപ്പെട്ടു. മണ്ണിനോട് ചേർന്നു കിടക്കുന്ന ചെറിയ തരം പൂപ്പലുകൾ മുതൽ തെങ്ങ്, മാവ് തുടങ്ങിയ വലിയ മരങ്ങൾവരെ. പത്തുതരം സസ്യങ്ങളെങ്കിലും ഉണ്ടാകുമോ എന്നു പരിശോധിക്കാൻ അവൻ എണ്ണാൻ തുടങ്ങി.

പേരറിയാത്ത ഒരുപാടുതരം പുല്ലുകളുണ്ട്. മുറിഞ്ഞാൽ ഉപ്പു കൂട്ടിയരച്ചുവെക്കുന്ന അപ്പച്ചെടി തന്നെ പലതരമുണ്ട്. തുമ്പയും കീഴാർനെല്ലിയും കാശിത്തുമ്പയും മരങ്ങളുടെ ശൈലിയിൽ വളരുന്ന കൊച്ചുസസ്യങ്ങളാണ്. പൂക്കൾ കായ്ക്കുന്നതും അല്ലാത്തതുമായ സസ്യങ്ങളെയും ബിജു എണ്ണി. മാവ്, പിലാവ്, തെങ്ങ് തുടങ്ങിയ വൻമരങ്ങൾ കുറച്ചേ ഉള്ളൂ.

അമ്മ കുളിമുറിയിൽ വെള്ളം കോരിവെച്ചിട്ടുണ്ടായിരുന്നു. മഗ്ഗിൽ വെള്ളമെടുത്ത് മുറ്റത്തിനടുത്ത് വളപ്പിൽ നട്ടിരുന്ന റോസാച്ചെടിയുടെ അടുത്തുനിന്ന് മുഖം കഴുകി. രണ്ടു കൊമ്പുകളിൽ പനിനീർ പൂക്കൾ വിടർന്നു നില്ക്കുന്നുണ്ട്. നല്ല മണമുള്ളയിനം റോസയാണത്.

മുഖം കഴുകിയ ശേഷം കോലായിൽ വന്നിരുന്നു. അവന്റെ വിഷമം അമ്മയ്ക്കു മനസ്സിലായി. അമ്മ ദോശയും ചായയും കൊണ്ടുവന്ന് അവന്റെ അടുത്തുള്ള മേശയിൽ വെച്ചു. ഒന്നും പറയാതെ അമ്മ തിരിച്ചുപോയി.

അധികം ശാഠ്യം പിടിക്കുന്നതു നന്നല്ല എന്നു ബിജുവിനും തോന്നി. അവൻ സാവധാനം ദോശയും ചായയും കഴിച്ചു. ഗ്ലാസ് അവിടെത്തന്നെ വെച്ചാൽ അറിയാതെ തട്ടിപ്പൊളിഞ്ഞുപോയെങ്കിലോ എന്നു വിചാരിച്ചു. അവൻ ഗ്ലാസും പ്ലേറ്റും അടുക്കളയിൽ കൊണ്ടുപോയിവെച്ചു.

വീട്ടുപറമ്പിന്റെ വടക്കുഭാഗത്ത് വയലാണ്. വയലിന്റെ കരയിൽ ഉയർന്ന വരമ്പുണ്ട്. പുല്ലുകൾ പടർന്ന വരമ്പാണ്. വരമ്പിനടുത്തുതന്നെ വരിവരിയായി ചെറിയ മാവ്, പേര, കശുമാവ് തുടങ്ങിയ മരങ്ങളുണ്ട്. അവയുടെ കൊമ്പുകളിൽ കയറിയിരി

ക്കാൻ കഴിയും. കൂട്ടുകാരോടൊത്ത് അവിടെയിരുന്ന് പാട്ടുകളൊക്കെ പാടാറുള്ളതാണ്.

വെറുതെയിരിക്കാനും രസമാണ്. വയലിൽനിന്ന് ഇളംകാറ്റ് വീശിക്കൊണ്ടിരിക്കും. ചാരിയിരിക്കാൻ പാകത്തിൽ കൊമ്പുകളുള്ളതുകൊണ്ട് നല്ല സുഖമായിരിക്കും.

ആരുമില്ലെങ്കിലും അങ്ങോട്ടു പോകാം. എത്രനേരവും അവിടെയിരിക്കാം. കാറ്റിൽ വയലിലെ ഞാറുകളുടെ തലപ്പുകൾ തിരമാലപോലെ ഇളകുന്നതു കണ്ടാൽ മതിവരില്ല.

ബിജു അങ്ങോട്ടുനടന്നു.

നാല്

കാവിന്റെ കിഴക്കു ഭാഗത്താണ് അരിപ്പൂക്കാട്. നീളത്തിൽ പടർന്നു പന്തലിച്ച അവിടെ പലതരം അരിപ്പൂക്കളുണ്ട്. വേറെ പൂച്ചെടികളും അതിനിടയിലുണ്ട്. ധാരാളം പൂക്കൾ അവിടെനിന്നു കിട്ടും. രണ്ടു മൂന്നു പറമ്പുകൾക്കപ്പുറത്താണ് കാവ്.

സാധാരണ പറമ്പുകളിലൊന്നും കാണാത്ത തരത്തിലുള്ള ഏതൊക്കെയോ മരങ്ങൾ ഇടകലർന്ന് വളർന്നു നില്ക്കുന്നുണ്ട്. അവയിൽ പടർന്നുകയറിയും തൂങ്ങിക്കിടന്നുമുള്ള വള്ളികളും നിരവധിയാണ്.

കാവിനുള്ളിലൂടെ കടന്നുവേണം അരിപ്പൂക്കാട്ടിലെത്താൻ. ഫണം വിടർത്തി പേടിപ്പിക്കുന്ന പാമ്പുകളുണ്ടെന്നാണ് പറഞ്ഞു കേൾക്കുന്നത്. അവിടുത്തെ സർപ്പങ്ങളെക്കണ്ട് പേടിച്ചോടി പനി പിടിച്ചുകിടന്നവർ ഒരുപാടുണ്ടത്രെ.

വള്ളിപ്പടർപ്പുകൾ കണ്ടാൽത്തന്നെ പേടിയാകും. ചിലേടത്ത് പാമ്പിഴയുന്നതുപോലെയുണ്ടാകും. അതുകണ്ടാൽത്തന്നെ അങ്ങോട്ടു പോകുവാൻ തോന്നുകയില്ല.

കാവിനുള്ളിലെ പാമ്പുകളെക്കുറിച്ച് ഒരുപാട് കഥകൾ പ്രചാരത്തിലുണ്ട്. പാമ്പുകൾ പാവങ്ങളാണെന്നാണ് പപ്പൻ മാഷ് എപ്പോഴും പറയാറുള്ളത്.

ഒട്ടും പേടിയില്ലാത്ത ചില കുട്ടികൾ മാത്രമേ അരിപ്പൂക്കാട്ടിൽ പോകാറുള്ളൂ. അവർക്കാർക്കും ഇതുവരെ അപകടമൊന്നും പറ്റിയിട്ടില്ല. ബിജുവും കൂട്ടുകാരും അങ്ങോട്ടുപോയിട്ടേ ഇല്ല.

കാവിനുള്ളിലെ മരങ്ങൾക്കും വള്ളികൾക്കും ഒരു പ്രത്യേകതയുണ്ട്. എല്ലാക്കാലത്തും കാവ് പൂത്തു നില്ക്കുന്ന അത്ഭുതമാണത്. ചിലപ്പോൾ വെളുത്ത പൂക്കളുള്ളവയായിരിക്കും. ചിലപ്പോൾ മഞ്ഞയും നീലയും പൂക്കളായിരിക്കും. മറ്റു ചിലപ്പോൾ നീലപ്പൂക്കളാവും.

അതുപോലെതന്നെ വിവിധതരം പഴങ്ങളുമുണ്ട് കാവിൽ. എല്ലാക്കാലത്തും കായും പഴവും കാണാം. മനുഷ്യർക്ക് തിന്നാൻ പറ്റുമോ എന്നറിയില്ല. ആരും കഴിക്കാറില്ലവ.

പഴങ്ങളുള്ളതു കൊണ്ടാവാം ഇത്രയധികം ഇനം പക്ഷികൾ. വിവിധയിനം പൂമ്പാറ്റകളുടെ ആവാസകേന്ദ്രവുമാണ് കാവ്. ജീവന്റെ എല്ലാ വൈവിദ്ധ്യങ്ങളുമുള്ള ആവാസ വ്യവസ്ഥ തന്നെയാണിവിടം.

വയൽക്കരയിൽ ഇരുന്നാൽത്തന്നെ കാവു കാണാം. ചില മരങ്ങൾ വളരെ ഉയരത്തിൽ വളർന്നുനിന്നിട്ടുണ്ട്. വൻ മരങ്ങളുടെ ചോലയിലാണ് മറ്റുള്ളവ. സർക്കസ് കൂടാരംപോലെ.

അവിടെ ഒരു ക്ഷേത്രമുണ്ട്. കൂലോത്ത് എന്നാണ് ആളുകൾ പറയുക. ക്ഷേത്രത്തിന്റെ തെക്കുപടിഞ്ഞാറായാണ് കാടു വളർന്നിട്ടുള്ളത്.

കൂലോത്ത് പറമ്പിന്റെ താഴെത്തട്ടിലായിട്ടുള്ള സ്ഥലത്തിന് കുഞ്ഞിക്കൂലോം എന്നാണു പറയുക.

പഴയ ഒരു തറവാട്ടു വകയാണ് ക്ഷേത്രവും കാവും. പഴക്കമേറിയതാണെങ്കിലും ക്ഷേത്രം ജീർണ്ണിച്ചിട്ടൊന്നുമില്ല. എന്നാൽ ക്ഷേത്രത്തിന് വികസനം വേണമെന്നും പുതുക്കിപ്പണിയണമെന്നും എങ്ങനെയോ അഭിപ്രായം ഉയർന്നുവന്നിട്ടുണ്ട്.

കാവിനുള്ളിൽ നല്ല മരങ്ങളുണ്ട്. കാതലുള്ള മരങ്ങളാണ്. വില കൊടുത്ത് പുറത്തുനിന്ന് മരങ്ങൾ വാങ്ങേണ്ടതില്ല. ക്ഷേത്രത്തിന്റെ പണികളൊക്കെ നടത്തിയാലും കുറേ മരങ്ങൾ ബാക്കിയുണ്ടാവും. നിർമ്മാണച്ചെലവിനായി മരങ്ങൾ മുറിച്ചു വില്ക്കു

കയും ചെയ്യാമെന്ന് അഭിപ്രായം പറയുന്നവരുമുണ്ട്.

അധികം ദൂരത്തല്ലാതെയാണ് പപ്പൻ മാഷുടെ താമസം. മരങ്ങൾ മുറിച്ചു വിറ്റ് ക്ഷേത്രം പണിയുന്നത് വിഡ്ഢിത്തമാണെന്ന് പപ്പൻ മാഷ് പറഞ്ഞു. അദ്ദേഹം ആളുകളെ സമീപിച്ച് സംസാരിച്ചു. ക്രൂരമായ പ്രവൃത്തികളൊന്നും ചെയ്യല്ലേ എന്ന് അപേക്ഷിച്ചു.

ഇതുകൊണ്ട് രണ്ടുണ്ട് കാര്യം. മരം മുറിക്കേണ്ടത് ക്ഷേത്രത്തിന് ആവശ്യമാണ്. ഉത്സവസമയത്ത് നമ്മൾ കാണുന്നില്ലേ

സ്ഥലസൗകര്യമില്ലാതെ ബുദ്ധിമുട്ടുന്നത്. പിന്നെ ക്ഷേത്രം പണിക്കു പറ്റിയ മരങ്ങളാണ് കാവിലുള്ളത്. അതിനു വേണ്ടി അവിടെയും ഇവിടെയും പോയി അലയേണ്ട ആവശ്യവും ഉണ്ടാവുന്നില്ല.

പപ്പൻ മാഷ് ആളുകളെ പല പ്രാവശ്യമായി കൂട്ടിക്കൊണ്ടുപോയി ക്ഷേത്രമുറ്റത്ത് എത്തിച്ചു. ക്ഷേത്രത്തിനു മുന്നിലും ആലിൻ ചുവട്ടിലും ധാരാളം സ്ഥലമുള്ളത് അവിടെ നേരിൽ ബോദ്ധ്യപ്പെടുത്തി. കുറച്ച് മണ്ണ് തട്ടിനിരത്തുകയും കുറച്ചുസ്ഥലത്ത് നികത്തുകയും ചെയ്താൽ ഉത്സവത്തിനു വേണ്ടത്ര സൗകര്യമാവുമെന്ന് നേരിൽ കണ്ടവർക്ക് ബോദ്ധ്യമായി.

ജന്തുശാസ്ത്രജ്ഞരെയും സസ്യശാസ്ത്രജ്ഞരെയും പരിസ്ഥിതി ശാസ്ത്രജ്ഞരെയുമൊക്കെ പരിചയമുണ്ട് പപ്പൻ മാഷ്ക്ക്. മാഷ് അവരെയൊക്കെ പോയി കണ്ടു. കാവിനെക്കുറിച്ച് പഠിക്കുന്നതിന്റെ പ്രാധാന്യം അവരെ അറിയിച്ചു. മാഷ് പറഞ്ഞതായതുകൊണ്ട് കാര്യം നിസ്സാരമാവില്ല എന്നു അവർക്കും അറിയാം.

ശാസ്ത്രജ്ഞർ കാവിലെത്തി. അവരുടെ പ്രതീക്ഷകൾക്കും അപ്പുറം പ്രാധാന്യമുള്ള ഒരു ആവാസവ്യവസ്ഥയാണ് കാവിലുള്ളത് എന്ന് മനസ്സിലായി. കാവിന്റെ നിലവിലുള്ള അവസ്ഥയ്ക്ക് എന്തെങ്കിലും മാറ്റം ഉണ്ടാകുന്നത് പരിസ്ഥിതിക്ക് വളരെയധികം കോട്ടം വരുത്തും. ഇത്രയധികം ജീവജാലങ്ങളുടെ ആവാസകേന്ദ്രമായ ഒരിടം അടുത്തെങ്ങുമില്ല. ആ ജീവജാലങ്ങളുടെ നാശം നാട്ടിനുണ്ടാക്കുന്ന അപകടം എത്രയാണെന്നോ എങ്ങനെയാണെന്നോ ഒന്നും നിശ്ചയിക്കാൻ കഴിയില്ല. നാട്ടിന് ആപത്തുമാത്രമേ അതുകൊണ്ടുണ്ടാവൂ.. ശാസ്ത്രജ്ഞരുടെ വാക്കുകൾ ധാരാളം പേർ വിശ്വസിച്ചു. അത് വ്യക്തമായി അവർ വിശദീകരിച്ചതു കൊണ്ടാണ്.

ഒരുദാഹരണം കൊണ്ടുതന്നെ ജനങ്ങൾക്കു വിശ്വാസം വന്നതാണ്. ക്ഷേത്രത്തിൽ ഒരു കിണറുണ്ട്. കിണറ്റിൽ എപ്പോഴും ശുദ്ധജലം കിട്ടും. അടുത്തുള്ള കിണറുകളിലെയൊക്കെ വെള്ളത്തിന് ഉപ്പുരസമാണ്. ക്ഷേത്രത്തിലെ കിണറ്റിൽ ഉപ്പുവെള്ളം

അല്ലാത്തതിനു കാരണം കാവാണെന്ന കാര്യം ശാസ്ത്രജ്ഞർ വിശദമാക്കിക്കൊടുത്തു.

പപ്പൻ മാഷ്ക്ക് വിശ്രമമില്ല. ഊണും ഉറക്കവും ഒഴിഞ്ഞെന്നു പറയാം. കാവ് സംരക്ഷണത്തിനുള്ള പ്രചരണങ്ങളിൽ ഏർപ്പെട്ടു. സാധാരണയുള്ള ജാഥയ്ക്കും സമ്മേളനങ്ങൾക്കുമൊന്നും പോവില്ല. ആരോടും തർക്കിക്കുകയും കയർക്കുകയും സംസാരിക്കുകയുമില്ല. മാഷ് ആരെക്കണ്ടാലും ഒന്നു ചിരിക്കും. ചിലപ്പോൾ മാത്രം എന്തെങ്കിലും കുശലം ചോദിച്ചാലായി. സ്കൂളിൽത്തന്നെ എല്ലാവരോടും സൗമ്യമായിട്ടാണ് മാഷുടെ പെരുമാറ്റം.

പപ്പൻ മാഷുടെ വായനയെപ്പറ്റി എല്ലാവർക്കും അത്ഭുതമാണ്. പുസ്തകം കൈയിലില്ലാത്ത പപ്പൻ മാഷ് അപൂർവ്വകാഴ്ചയായിരിക്കും. വായിക്കുന്നില്ലെങ്കിൽ ചിന്തിച്ചുകൊണ്ടിരിക്കുകയായിരിക്കും. പുസ്തകം ഇല്ലാത്ത കൈയിലെ വിരലുകൾ അപ്പോൾ ചലിച്ചുകൊണ്ടിരിക്കുന്നതു കാണാം.

പപ്പൻ മാഷ് ഒഴിവു കിട്ടുന്നസമയത്തൊക്കെ കാവിലേക്കു പോകുന്നതു കാണാറുണ്ട്. മാഷ് പറയുമ്പോഴാണറിയുന്നത് കാവിൽ ഏതെല്ലാം തരത്തിലുള്ള മരങ്ങളും വള്ളികളും ജന്തുജാലങ്ങളുമൊക്കെയാണുള്ളതെന്ന്. പേടിച്ചു മറ്റാരും പോകാതിരുന്നതുകൊണ്ട് അവിടം ജീവജാലങ്ങളുടെ സുരക്ഷിതകേന്ദ്രമായി നിലനില്ക്കുന്നു എന്നതാണ് സത്യം.

ഇപ്പോൾ കാവിങ്ങനെ നിലനില്ക്കുന്നത് പപ്പൻ മാഷിന്റെ പ്രയത്നം കൊണ്ടാണ്. സസ്യങ്ങളെപ്പറ്റിയൊക്കെ നല്ല അറിവുള്ള ആളായിരുന്നിട്ടും ശാസ്ത്രജ്ഞന്മാരെത്തന്നെ മാഷ് കൊണ്ടുവന്നു, ആളുകളോടു പറയാൻ.

ശാസ്ത്രജ്ഞന്മാരുടെ വിശദീകരണം ആളുകൾ ശ്രദ്ധയോടെ കേട്ടിരുന്നു. പക്ഷേ, സംശയങ്ങൾ ചോദിക്കാൻ വേണ്ടത്ര അറിവില്ലായിരുന്നു ആർക്കും. അവർക്കു വേണ്ടി മാഷാണ് സംശയങ്ങൾ ചോദിച്ചത്. കാവിലെ ഒരു മരവും മുറിക്കരുതെന്ന് അന്നവിടെ കൂടിയവർക്ക് മനസ്സിലായി.

ഇടയ്ക്കിടെ വിശദീകരണ ക്ലാസുകൾ നടത്തിക്കൊണ്ടിരു

ന്നു. ക്ലാസുകൾ കഴിയുന്തോറും ആളുകളുടെ എണ്ണവും കൂടി വന്നു. ബിജുവിന്റെ അച്ഛനും അമ്മയും അതൊക്കെ കേൾക്കാൻ പോകാറുണ്ടായിരുന്നു. വീട്ടിലെത്തിയാൽ രണ്ടും പേരും കൂടി ചർച്ചയും ചെയ്യും. കുഞ്ഞേച്ചിയും ചേട്ടനും ചർച്ചയിൽ പങ്കു ചേരും. പറയുന്ന കൂട്ടത്തിൽ ചില വാക്കുകൾ ബിജുവിനു മനസ്സിലാവില്ല. കാവ് നശിപ്പിക്കരുത് എന്നാണ് അവർ പറയുന്നതിന്റെ അർത്ഥം എന്ന് അവൻ ഗ്രഹിച്ചു.

കാവിന്റെ വടക്കേയറ്റത്ത് പറമ്പ് താഴ്ന്നിട്ടാണ്. അവിടെയാണ് അരിപ്പൂക്കാട് അവസാനിക്കുന്നത്. അതിന്റെ അപ്പുറത്ത് ഒറ്റയൊറ്റ ചെടികളാണ്. അവയിലുമുണ്ട് പൂക്കൾ. പൂക്കാത്ത ഒരു ചെടിയും ക്ഷേത്രപരിസരത്തില്ല എന്നു സാരം.

കാവിനുള്ളിലേക്കു പോകാതെ തന്നെ പൂ പറിക്കാൻ കഴിയും. എങ്കിലും ശ്രദ്ധിക്കണം.

ആരോടും പറയാതെയാണ് ബിജു അരിപ്പൂക്കാട്ടിലേക്കു നടന്നത്. എപ്പോഴും കൂട്ടുകാരോട് എന്തും പറയാറുള്ളതാണ്. മനസ്സിന് എന്തോ വിഷമം. ആരോടും പറയാൻ തോന്നിയില്ല.

കാവിനടുത്തെത്തിയപ്പോൾ ഉള്ളിൽ ഭയം നുരയിട്ടു. ഉത്സവകാലത്തു മാത്രമേ ബിജു കാവിൽ പോയിട്ടുള്ളൂ. അതും ഉള്ളിലേക്കു കയറിയിട്ടില്ല. ആളുകൾ നില്ക്കുന്നിടത്തുനിന്ന് എത്തിനോക്കും. അത്രതന്നെ.

ക്ഷേത്രകാര്യങ്ങളൊക്കെ നോക്കി നടത്തുന്ന ബാലേട്ടൻ മുറ്റത്തുണ്ട്. ബിജുവിന് ധൈര്യമായി. ബാലേട്ടൻ ബിജുവിനെ കണ്ടിട്ടില്ല.

കാറ്റ് സസ്യങ്ങളെയും തഴുകിപ്പോയി. പൂക്കൾ ബിജുവിനെ മാടി വിളിക്കുന്നതുപോലെ തോന്നി. ആരും അവിടുന്ന് പൂക്കൾ പറിച്ചിട്ടില്ലെന്നു തോന്നുന്നു. പറമ്പിൽ ധാരാളം തുമ്പപ്പൂക്കളുണ്ട്. കൂട്ടുകാർ ഒപ്പമുണ്ടായിരുന്നെങ്കിലെന്ന് ബിജു ആഗ്രഹിച്ചു പോയി.

പൂവട്ടി വേഗം നിറഞ്ഞു. അധികം ചിന്തിക്കാതെ അവൻ ഷർട്ടഴിച്ചു വെച്ചു. അതിൽ നിറയുവോളം പൂക്കൾ പറിച്ചിട്ടു.

ഇത്രയധികം പൂക്കളുമായി ചെല്ലുമ്പോൾ ചങ്ങാതിമാർ

അത്ഭുതപ്പെടും. അവർക്കും കുറേശ്ശെ കൊടുക്കണം.

ഷർട്ടിന്റെ നാലു മൂലയും കൂട്ടിപ്പിടിച്ച് പൂവട്ടിയുമെടുത്ത് ബിജു ഓടി. എത്രയും വേഗം സുഹൃത്തുക്കളെ വിവരം അറിയിക്കണം. അവർ പറിക്കുന്നെങ്കിൽ പറിച്ചോട്ടെ.

ബിജു ഓടി.

വീട്ടിൽ എത്താറായപ്പോഴാണ് അച്ഛനെക്കുറിച്ച് ഓർത്തത്. ഷർട്ടിടാതെ വരുന്നതുകണ്ടാൽ ശകാരിച്ചാലോ എന്നാണു ഭയം.

വയലിൽനിന്നും പറമ്പിലേക്കു കയറുമ്പോൾ കാലിൽ എന്തോ കൊണ്ടു. തിരക്കിനിടയിൽ വേദനയൊന്നും തോന്നിയില്ല.

ഭാഗ്യം. വീട്ടിലെത്തുമ്പോൾ അച്ഛനില്ല. ജോലിക്കു പോയിക്കഴിഞ്ഞിരിക്കുന്നു എന്നു മനസ്സിലായി. വരാന്തയിൽ ചെരിപ്പില്ല. അച്ഛനുണ്ടെങ്കിൽ ചെരിപ്പു കാണും.

അമ്മയെയോ കുഞ്ഞേച്ചിയെയോ ഒന്നും വിളിച്ചില്ല. ബിജു പൂക്കളമുണ്ടാക്കുന്നതിൽ ദത്തശ്രദ്ധനാവുകയായിരുന്നു. ഇടയ്ക്ക് മൂളിപ്പാട്ടും പാടുന്നുണ്ട്. പൂക്കളം പൂർത്തിയായപ്പോൾ ബിജു ഉറക്കെ കൈകൊട്ടിച്ചിരിച്ചു.

ചിരികേട്ടാണ് കുഞ്ഞേച്ചി വന്നു നോക്കിയത്. ചേച്ചി രാവിലെ തന്നെ കുളിച്ചൊരുങ്ങിയിരിക്കുന്നു. കളഭം കൊണ്ട് കുറിതൊട്ടിട്ടുണ്ട്. ചേട്ടൻ അപ്പുറത്തെങ്ങാനുമാണ്. അമ്മ ഒന്നും അറിഞ്ഞില്ലെന്നു തോന്നുന്നു.

കുഞ്ഞേച്ചി അവന്റെ അടുത്തേക്കു വന്നു. പെട്ടെന്നാണു ചേച്ചിയുടെ നിലവിളി ഉയർന്നത്.

"അയ്യോ... ചോര...."

"അയ്യോ... ചോര..."

ബിജു പരിഭ്രമത്തോടെ ചുറ്റും നോക്കി. അവന്റെ കാലിൽനിന്നും രക്തമൊഴുകുന്നു. നിന്നിടത്ത് ചോര കട്ടപിടിച്ചിരിക്കുന്നു.

"അമ്മേ.... അമ്മേ... വേഗം വാ.."

ചേച്ചി ഉറക്കെ നിലവിളിച്ചു.

അഞ്ച്

ഡോക്ടർ മുറിവു തുടയ്ക്കുമ്പോൾ വല്ലാത്ത എരിവും വേദനയും തോന്നി.

"ഇത് തുന്നേണ്ടിവരും. അല്പം നീളത്തിലാണ് മുറിവുള്ളത്. രക്തം കുറേ പോയിട്ടുണ്ടാവുമല്ലോ."

ഡോക്ടർ പറയുന്നതുകേട്ടു. ബിജുവിന് പേടിയായി. മുറിവ് തുന്നുക എന്നു കേട്ടപ്പോഴേ ഹൃദയം പടപടാ എന്നു മിടിക്കാൻ തുടങ്ങി.

ഡോക്ടർ മരുന്നുകൾ വെക്കുകയോ എന്തോ ചെയ്യുന്നുണ്ട്. അപ്പോഴൊക്കെ അദ്ദേഹം തമാശകൾ പറയുന്നുണ്ടായിരുന്നു. ബിജു അതൊന്നുംകേട്ടില്ല.

"ഇതെവിടുന്നാണ് ഇങ്ങനെ മുറിഞ്ഞത്?"

ഒരിക്കലല്ല ഡോക്ടർ ആ ചോദ്യം ചോദിച്ചത്. ബിജു ഒന്നിനും ഉത്തരം പറഞ്ഞില്ല. പറയാൻ കഴിയുന്നില്ല. നാവു പൊന്തുന്നില്ല.

"അയ്യോ..."

ബിജു നിലവിളിച്ചു. സഹിക്കാൻ കഴിയുന്നില്ല. ഞരങ്ങിയും മൂളിയും സഹിക്കാൻ ശ്രമിക്കുന്നുണ്ട്. ആവുന്നില്ല. ഉറക്കെ നിലവിളിച്ചു പോയി. മരുന്നുവെച്ചു കെട്ടുമ്പോഴേക്ക് ബോധം ഇല്ലാതായി.

ഡോക്ടർ ഇൻജെക്ഷനും ഗുളികയും കൊടുത്തു. കുറേസമയം കഴിഞ്ഞാണ് ബോധം വന്നത്. അതിനു ശേഷമേ ഹോസ്പിറ്റലിൽനിന്നു പോന്നുള്ളൂ. കാറിലാണ് വീട്ടിലെത്തിയത്. കാറിൽനിന്ന് ഇറങ്ങാൻ കഴിയുന്നില്ല. ചേട്ടനും അമ്മയും താങ്ങിപ്പിടിച്ച് കാറിൽ നിന്നിറക്കി. നേരെ കട്ടിലിൽ കൊണ്ടുവന്നു കിടത്തി.

കിടന്നപാടെ ഉറങ്ങിപ്പോയി. അമ്മ വന്നു വിളിച്ചപ്പോഴാണ് ഉറങ്ങുകയായിരുന്നു എന്ന് ബിജു അറിഞ്ഞത്. ഉറക്കത്തിൽ വേദന അറിഞ്ഞിരുന്നില്ല.

കാല് ഇളകുമ്പോൾ വേദനിക്കുന്നു. സഹിക്കാനാവുന്നില്ല. തുന്നിയ സ്ഥലത്ത് ഒരു വലിഞ്ഞുപിടുത്തം. മുഖമാകെ വാടിപ്പോയി

അമ്മ ഇടയ്ക്കിടയ്ക്ക് വന്ന് നോക്കുന്നുണ്ട്. ബിജു അതറിയുന്നില്ല.

"ബിജൂ.. ഈ ഗുളിക കഴിക്ക്."

ഗുളിക കഴിക്കണമെങ്കിൽ എഴുന്നേറ്റിരിക്കണം. അപ്പോൾ കാലിളകും. വേദനിക്കും. സഹിക്കാൻ കഴിയില്ല.

അവൻ ഗുളിക വേണ്ടെന്ന അർത്ഥത്തിൽ തലയാട്ടി.

"വേദന മാറാനുള്ള ഗുളികയാ. കഴിക്ക്."

അതുകേട്ടപ്പോൾ അവൻ ഗുളിക കഴിക്കാൻ തയ്യാറായി. പക്ഷേ, എഴുന്നേല്ക്കാൻ കഴിയുന്നില്ല.

അമ്മ താങ്ങിപ്പിടിച്ചെഴുന്നേല്ക്കുമ്പോഴും വേദന ഉണ്ടായിരുന്നു.

പൂ പറിക്കാൻ വരാഞ്ഞപ്പോഴേ കൂട്ടുകാർ പരസ്പരം പറഞ്ഞിരുന്നു.

"ബിജു എന്താ വരാത്തത്?"

"അവന് പിന്നേം കഴിഞ്ഞ ദിവസത്തെപ്പോലെ തോന്നിയോ?"

"ഇവനെന്താപ്പാ ഇങ്ങനെ?"

"ഒരു ചെറിയ കാര്യം മതി അവന്."

"ഒട്ടും ധൈര്യമില്ലാഞ്ഞിട്ടാ."

"ഇതിനൊക്കെ ഇങ്ങനെ വെഷമിച്ചാലോ.."

അവർ അന്വേഷിച്ചു വീട്ടിലെത്തിയപ്പോൾ വീടു പൂട്ടിക്കിടക്കുന്നു. ബിജു അപകടത്തിൽപ്പെട്ടിരിക്കുന്നു എന്ന് അവർ അറിഞ്ഞു.

അവർ വീണ്ടും വരുമ്പോൾ ബിജു വീട്ടിൽ എത്തിയിരുന്നു. അവന്റെ കിടപ്പുകണ്ട് ചങ്ങാതിമാർക്ക് സങ്കടമായി.

എപ്പോഴും ചിരിച്ചുല്ലസിക്കാറുള്ള അവരുടെ മുഖം വാടിപ്പോയി. കുസൃതികൾ കാട്ടി തുള്ളിക്കളിക്കുന്ന ബിന്ദുവിന്റെ കണ്ണുകൾ നിറഞ്ഞു. മറ്റാരും കാണുന്നതിനു മുന്നേ അവളതു തുടച്ചു കളഞ്ഞു.

കുറേസമയം കൂട്ടുകാർ അവിടെ ഇരുന്നു. ഒന്നും മിണ്ടാനാവാതെ സമയം നീങ്ങി. വൈകുന്നേരമാകാറായപ്പോഴാണ് അവർ തിരിച്ചുപോയത്.

കിടന്ന കിടപ്പിൽ ആലോചിക്കുകയല്ലാതെ മറ്റൊന്നും ചെയ്യാനാവുന്നില്ല.

ശരീരത്തിനു മാത്രമല്ല മനസ്സിനും മുറിവേറ്റിരിക്കുന്നു. ഒന്നും വിചാരിച്ചപോലെ നടക്കുന്നില്ല. വിചാരങ്ങളും പലവഴിക്കാണ്. ഒരു കാര്യം ആലോചിക്കുമ്പോൾ വേറെ വിചാരങ്ങൾ മനസ്സിൽവരുന്നു.

ഊണു കഴിക്കാൻ അമ്മ നിർബ്ബന്ധിച്ചു കൊണ്ടിരുന്നു. ഒന്നിനും മനസ്സില്ല.

“ബിജൂ... ചോറ് തിന്നാട്ടെ.”

“എനിക്ക് വേണ്ടമ്മേ..”

“ഞാൻ വാരിത്തരാം.”

“വേണ്ടാഞ്ഞിട്ടാ.”

“ഗുളിക കഴിക്കുമ്പം ഭക്ഷണം കഴിക്കണം. ഇല്ലെങ്കിൽ ക്ഷീണമാകും.”

“ചോറ് തിന്നാൻ കഴിയൂല.”

തൊണ്ടയിലൂടെ ഒന്നും ഇറങ്ങുകയില്ലെന്നാണ് ബിജുവിന് തോന്നുന്നത്. തൊണ്ട അടഞ്ഞതുപോലെ.

“മോനേ... ഭക്ഷണത്തിനു ശേഷമാണ് ഗുളിക കഴിക്കേണ്ടത്. എണീക്ക്. ചോറിതാ ഇവിടെ വെച്ചിട്ട് എത്ര നേരമായി. തണു

ത്തായിരിക്കും.”

ബിജു വെള്ളം മാത്രമേ കുടിച്ചുള്ളൂ. ഒരു പ്രാവശ്യം മൂത്രമൊഴിക്കാൻ വേണ്ടി പോയത് എത്ര വിഷമിച്ചിട്ടാണെന്ന് അവനേ അറിയൂ.

അച്ഛൻ വന്നു. വിവരങ്ങളൊക്കെ അറിഞ്ഞു. വഴക്കൊന്നും പറഞ്ഞില്ല. അതുതന്നെ ഭാഗ്യം.

“ബിജൂ... അതെന്താ ഊണു കഴിക്കാത്തത്?”

അവൻ അച്ഛന്റെ കണ്ണുകളിലേക്ക് ദയനീയമായി നോക്കി. പിന്നെ അച്ഛൻ നിർബ്ബന്ധിച്ചില്ല.

ചായയും ഒരു ബിസ്കറ്റും മാത്രം കഴിച്ചു. രാത്രിയത്തെ ഗുളിക കഴിച്ചപ്പോൾ മതിമറന്ന ഉറക്കമായിരുന്നു.

രാവിലെ അമ്മ മുഖം കഴുകിച്ചു. പല്ലുതേച്ചു. എല്ലാം കട്ടിലിൽത്തന്നെ ഇരുന്നുകൊണ്ട് ചെയ്തു.

അധികം പൂക്കൾക്കുവേണ്ടി പോകേണ്ടായിരുന്നു. വന്നതു വന്നു. തിരുവോണം വരെ പൂവിടാതെങ്ങനെ...

ഏച്ചിയോട് പറഞ്ഞു നോക്കാം. അമ്മയോട് പറഞ്ഞിട്ടു കാര്യമില്ല. അമ്മ പൂ പറിക്കാനൊന്നും പോവില്ല. ഏച്ചിയോട് ഇപ്പോൾത്തന്നെ പറയണം.

“ഏച്ചീ... ഏച്ചീ...”

ഉറക്കെ വിളിക്കാൻ കഴിയുന്നില്ല. ആകെ ക്ഷീണിച്ചിരിക്കയാണ്. കുറേപ്രാവശ്യം വിളിച്ചിട്ടും ഏച്ചി കേട്ടതേയില്ല.

ഏച്ചി അപ്പുറത്ത് എന്തോ പണിയെടുക്കുകയാണ്. അതുകൊണ്ടാണ് കേൾക്കാതിരിക്കുന്നത്.

കിടപ്പിലായതോടെ അമ്മ കൂടുതൽ വാത്സല്യം കാണിക്കുന്നുണ്ട്. ഇടയ്ക്കിടയ്ക്ക് വന്നു നോക്കും. ഓരോന്ന് ചോദിക്കുന്നുമുണ്ട്.

“ചായ വേണോ ബിജൂ?”

“വേണ്ട.”

“ഇതാ ഒരു ബിസ്കറ്റ് തിന്നോ.”

“...”

“മോന് കുടിക്കാൻ എന്താ വേണ്ടത്?”

"ഒന്നും വേണ്ട."

അമ്മ അങ്ങനെ വന്നു നോക്കുമ്പോഴാണ് ബിജു വിളിക്കുന്നത് കേട്ടത്.

"ഏച്ചീ... ഏച്ചീ..."

അമ്മ പോയി അവളോട് പറഞ്ഞു.

"നിന്നെയതാ ബിജു വിളിക്കുന്നു."

ഏച്ചി ഓടിയെത്തി. നനഞ്ഞ കൈ പാവാടയിൽ തുടച്ച് ഏച്ചി ബിജുവിന്റെ കൈ പിടിച്ചു.

"എന്താ ബിജു. എന്തിനാ വിളിച്ചത്?"

ബിജുവിന്റെ ശബ്ദം ഇടറിയിരുന്നു.

"പൂ..."

അത്രയേ പറയാൻ കഴിഞ്ഞുള്ളൂ. ശബ്ദം തൊണ്ടയിൽ തടഞ്ഞു.

ഏച്ചിയുടെ മുഖത്ത് ഒരു പുഞ്ചിരി വിടർന്നു. അവൾ ബിജുവിന്റെ നെറ്റിയിൽ ഉമ്മവെച്ചു.

"നീ പറഞ്ഞതു മനസ്സിലായി. കുറച്ചു പണികൂടിയുണ്ട്.

അതു കഴിഞ്ഞ് പൂവിടാം. പൂക്കളൊക്കെ ഞാൻ മുമ്പേ പറിച്ചു വെച്ചിട്ടുണ്ട്."

എത്ര നല്ല ഏച്ചിയാണ്. വിഷമിച്ചിരിക്കുമ്പോഴാണ് ഏച്ചിയുടെയൊക്കെ ഗുണം അറിയുന്നത്. പറഞ്ഞാലും എതിർക്കുമെന്നായിരുന്നു ബിജു വിചാരിച്ചിരുന്നത്. തനിക്കു വേണ്ടി ഏച്ചി എത്ര കരുതലോടെയാണ് എന്ന് ഓർക്കുമ്പോൾ ബിജുവിന് അഭിമാനവും സന്തോഷവും തോന്നി.

ഏച്ചിയെക്കുറിച്ച് മോശമായി വിചാരിച്ചതിൽ ബിജുവിന് ദുഃഖം തോന്നി.

അങ്ങനെയാണ്. അവസരം വരുമ്പോഴാണ് ഓരോരുത്തരുടെ തനി സ്വരൂപം പുറത്തുവരിക.

കുഞ്ഞേച്ചിയുടെ സ്നേഹം വെളിപ്പെട്ടതിലാണ് ബിജുവിന് കൂടുതൽ സന്തോഷം. എല്ലാവരും ഇങ്ങനെ തന്നെയാണ്.

സന്തോഷിക്കുമ്പോഴും സങ്കടപ്പെടുമ്പോഴും ഒപ്പം ആളുണ്ടാവുമ്പോൾ ആത്മവിശ്വാസം വർദ്ധിക്കും. കൂടെ ആളുണ്ട് എന്ന തോന്നൽ ധൈര്യം നല്കും. ശക്തി നല്കും. ഭയപ്പെടേണ്ടതില്ല എന്ന വിശ്വാസം ഉണ്ടാകും. അങ്ങനെയല്ലാതാകുമ്പോൾ ഒറ്റപ്പെട്ടു എന്ന തോന്നലാണുണ്ടാവുക. നിരാശയും പ്രയാസവും അനുഭവപ്പെടും. കാര്യങ്ങൾ ചെയ്യാൻ തന്നെ ഉത്സാഹം ഉണ്ടാവില്ല.

കൂട്ടായ്മയാണ് മനുഷ്യന്റെ ജീവിതവിജയം. കൂട്ടായ്മയിലൂടെ വലിയ വലിയ നേട്ടങ്ങൾ കൈവരിക്കാൻ കഴിഞ്ഞിട്ടുണ്ട്. ഒരുമിച്ചു നില്ക്കുമ്പോഴുള്ള ശക്തി ഒറ്റയ്ക്കുണ്ടാവില്ല.

എങ്കിലും ഒറ്റയ്ക്കായിപ്പോകുമ്പോഴും തളരരുത്. തളർന്നാൽ മുന്നോട്ടുപോകുക അസാദ്ധ്യമാകും. മുന്നോട്ടു പോകുന്നവരുടെ കൂടെയേ ആളുകൾ ചേരൂ. തളർന്നിരിക്കുന്നവരെ പ്രചോദിപ്പിക്കാനും പ്രേരണ ചെലുത്താനും ആളുകൾ വരും. എന്നാൽ എഴുന്നേല്ക്കാനുള്ള ഭാവമേ കാണിക്കുന്നില്ലെങ്കിൽ അധികകാലം ആരും കൂടെ നില്ക്കില്ല. പ്രയാസങ്ങളെ മറികടക്കാനുള്ള കഠിനമായ ശ്രമം വേണം. അതാണ് മറ്റു ജന്തുക്കളിൽ നിന്ന് മനുഷ്യനെ വേർതിരിക്കുന്ന ഒരു സവിശേഷമായ ഗുണം.

"എന്താ ബിജൂ... മുഖമെന്താ ഇങ്ങനെ വല്ലാണ്ടിരിക്കുന്നത്?

ഇപ്പോ വേദനയുണ്ടോ?"

"ങ്ഊം... ഉം. ഒന്നുമില്ല."

"ആ, തുടങ്ങിയ പണിയൊന്ന് തീർന്നിട്ട് വേഗം വരാം. എന്നിട്ട് പൂവിടാം. എന്താ? ധാരാളം പൂവുണ്ട്. നിനക്കിഷ്ടമുള്ള പൂക്കളം ഞാനുണ്ടാക്കിത്തരാമെടോ... വിഷമിക്കാതിരി..."

"കുഞ്ഞേച്ചിക്ക് പൂക്കളമുണ്ടാക്കുന്നത് ഇഷ്ടമല്ലേ ഏച്ചീ? ങ്ഉം...?"

"ഇഷ്ടം തന്നെയാ.. ഇതിപ്പോ നിനക്കു വേണ്ടിയല്ലേ? നീയുള്ളതു കൊണ്ടല്ലേ ഞങ്ങളതു നോക്കാതിരുന്നത്. നിനക്കിങ്ങനെ പറ്റിയാ ഞങ്ങളൊക്കെയല്ലേ നിനക്കു വേണ്ടി ചെയ്യേണ്ടത്... നിന്റെ സന്തോഷമല്ലേ ഞങ്ങളുടെ സന്തോഷം.."

ബിജുവിന്റെ മനസ്സിൽ എന്തോ ഒരു തള്ളിച്ചപോലെ. എല്ലാവർക്കും എന്നോട് ഇഷ്ടം തന്നെയാണ്. സാധാരണ പറയാറില്ലെന്നു മാത്രമേയുള്ളൂ.

"കുഞ്ഞേച്ചി നല്ല ഏച്ചിയാ.."

ബിജു പറയുന്നതു കേട്ട് കുഞ്ഞേച്ചി ചിരിച്ചു. വളകിലുങ്ങും പോലെയാണ് കുഞ്ഞേച്ചിയുടെ ചിരി. ബിജുവും ചിരിച്ചുപോയി.

ആറ്

സുരേട്ടന്റെ വീട്ടിൽ രണ്ടു തൈമാവുകളുണ്ട്. അതിന് ചാഞ്ഞു കിടക്കുന്ന നാലഞ്ചു കൊമ്പുകളുമുണ്ട്. അതിൽ ഊഞ്ഞാൽ കെട്ടിയാടുക ബിജുവിന്റെയും കൂട്ടരുടെയും പതിവാണ്. ഓണത്തിന് സ്കൂൾ പൂട്ടിയാൽ ഊണു കഴിഞ്ഞ സമയത്ത് കൂട്ടുകാരെല്ലാം അവിടെയെത്തും. ആ തൈമാവിൻ കൊമ്പുകളിൽ ഊഞ്ഞാൽ കെട്ടിയാടുക അവരുടെ പ്രധാന വിനോദമാണ്.

കയർകൊണ്ട് ഊഞ്ഞാലുണ്ടാക്കിയാൽ ഇരിക്കുമ്പോൾ വേദനിക്കും. അതിനുപകരം പഴയ സാരി കൊണ്ടാണ് ഊഞ്ഞാൽ കെട്ടുക. സാരി പിരിച്ച് രണ്ടറ്റവും മാവിൽ കെട്ടും. ഇരിക്കുന്ന സ്ഥലത്ത് സാരി അല്പം വിടർത്തിവയ്ക്കും. ഇരിക്കാൻ സുഖമാണ്. ഒരേസമയം നാലഞ്ചു പേർക്ക് ഊഞ്ഞാലാടാൻ കഴിയും. ഊഞ്ഞാലാടുന്നത് മാവിനും വലിയ ഇഷ്ടമാണെന്നു തോന്നുന്നു. ആടുമ്പോൾ ഇലകളെല്ലാം കൈകൊട്ടിച്ചിരിക്കും.

ഇപ്രാവശ്യം എല്ലാവരേയും പോലെ ഊഞ്ഞാലാടി രസിക്കാൻ കഴിയില്ലല്ലോ എന്നോർത്തപ്പോൾ ബിജുവിന് കരച്ചിൽ വന്നു.

കുന്നിനു താഴെയുള്ള വിശാലമായ മൈതാനത്തു പന്തുകളിയുണ്ടാകും. അതുകാണാൻ പോലും സാധിക്കില്ല. ഓണ

ത്തിന് വലിയ ആൾക്കാരുടെയും കുട്ടികളുടെയും സ്ത്രീകളുടെയുമൊക്കെ മത്സരക്കളികളുണ്ട്. ആവേശകരമായ കാഴ്ചയാണവ. അതും കാണുവാൻ സാധിക്കില്ല.

കുന്നിന്റെ താഴ്വാരത്തിനടുത്തു കൂടെ വയലിന്റെ ഒരു ഭാഗത്തായി ഒഴുകുന്ന പുഴ. സമതലത്തിലൂടെ ഒഴുകുന്നിടത്ത് ആഴം കുറവാണ്. അവിടെയാണ് നീന്തൽ മത്സരം. നീന്തൽ മത്സരത്തിൽ പങ്കെടുക്കുവാൻ വളരെ മുന്നേ ആളുകൾ തയ്യാറെടുക്കും. ഗ്രാമത്തിലെ എല്ലാവരും നീന്തൽ പഠിച്ചിട്ടുമുണ്ട്. താല്പര്യമുള്ളവരൊക്കെ മത്സരത്തിൽ പങ്കെടുക്കും. സമ്മാനമൊന്നുമല്ല പ്രശ്നം. നീന്തുക എന്നുള്ളതാണ്. തോല്ക്കുന്നവരെ ആരും കളിയാക്കാറില്ല. ജയിക്കാൻ കഴിയാത്തവർ മാറി നില്ക്കും. അത്ര തന്നെ. കഴിഞ്ഞപ്രാവശ്യം കുട്ടികളുടെ വിഭാഗത്തിൽ ഉണ്ണിയും വലിയവരുടെ കൂട്ടത്തിൽ രാജീവനുമാണ് ജയിച്ചത്.

നീന്തൽ മത്സരം വളരെ ആവേശകരമായ ഒരു മത്സരമാണ്. ദൂരെ ദേശത്തു നിന്നുപോലും കാഴ്ചക്കാർ എത്തിച്ചേരാറുണ്ട്. മത്സരം കാണുന്നവരെ നോക്കുന്നതും രസകരമാണ്. ചിലർ നീന്തൽക്കാർക്കൊപ്പം കൈകാലുകൾ ചലിപ്പിക്കുന്നതു കാണാം.

ഓണക്കാലം എപ്പോഴും ഉല്ലാസകരമാകാറാണ് പതിവ്. ഇക്കൊല്ലം ഒന്നിലും പങ്കെടുക്കാതെയിരിക്കണമല്ലോ എന്ന വിചാരം ബിജുവിനെ സങ്കടത്തിലാക്കി.

കൂട്ടുകാരൊക്കെ ഓടിച്ചാടിക്കളിച്ച് ഓണം ആഘോഷിക്കുമ്പോൾ...

ഛേ.. എന്തൊരപകടമാണ് പിണഞ്ഞിരിക്കുന്നത്..

ആ അരിപ്പൂക്കാട്ടിൽ പോകേണ്ടായിരുന്നു. ധാരാളം പൂ കിട്ടിയ സന്തോഷത്തിൽ മതി മറന്നതുകൊണ്ടു പറ്റിയ അപകടമാണ്. ഒന്നും ശ്രദ്ധിക്കാതെ ഓടി.

ലതടീച്ചർ എപ്പോഴും പറയാറുള്ളതാണ്:

"നമ്മൾ എന്തെല്ലാം ചെയ്തു എന്നുള്ളത് വലിയ കാര്യം തന്നെയാണ്. എന്നാൽ അത് എങ്ങനെ ചെയ്യുന്നു എന്നുള്ളത് അതിലും വലിയ കാര്യമാണ്. എങ്ങനെയെങ്കിലും ചെയ്തു തീർക്കുകയല്ല വേണ്ടത്. തുടക്കം മുതൽ ശ്രദ്ധയോടെ

കൈകാര്യം ചെയ്യണം. അങ്ങനെയാവുമ്പോൾ യാതൊരു തകരാറും ഇല്ലാതെ വിജയകരമായി പൂർത്തിയാക്കാൻ കഴിയും."

ഏതു കാര്യം ചെയ്യാൻ തുടങ്ങുമ്പോഴും ടീച്ചർ ഇത് ഓർമ്മിപ്പിച്ചുകൊണ്ടിരിക്കും. കേട്ട് കേട്ട് അത് മനപ്പാഠമായിരിക്കുന്നു. എന്നിട്ടും താനത് വേണ്ട രീതിയിൽ ശ്രദ്ധിക്കാത്തതു കൊണ്ടാണിങ്ങനെ പറ്റിയതെന്ന് ബിജു സ്വയം പറഞ്ഞു.

എത്ര പൂക്കൾ പറിച്ചാലും ചെടിയെ വേദനിപ്പിക്കാറില്ലല്ലോ. എന്നിട്ടുമെന്താണ് അപകടം പറ്റിയത്... സന്തോഷിച്ചിരുന്നെങ്കിലും അഹങ്കരിച്ചിട്ടില്ല. എന്നിട്ടും... അപ്പോൾ ലതടീച്ചറുടെ ഉപദേശം അനുസരിച്ചില്ല എന്നതു തന്നെയാവും കാരണം.

സ്കൂൾ തുറക്കുമ്പോഴേക്കും മുറിവ് ഉണങ്ങുമെന്നാണ് ഡോക്ടർ പറഞ്ഞത്. ഒരു ദിവസവും സ്കൂളിൽ പോകാതിരിക്കുന്നത് ബിജുവിന് ഇഷ്ടമല്ല.

ഓണാവധി കഴിഞ്ഞ് തുറന്ന ദിവസം തന്നെ മാലതി ടീച്ചർക്ക് ഒരു ചോദ്യമുണ്ടാകും.

"ഓണക്കാലത്ത് നിങ്ങൾ എന്തൊക്കെയാണ് ചെയ്തത്? എല്ലാം പറയണം."

– ഞാൻ അമ്മയുടെ വീട്ടിൽ വിരുന്നിനു പോയി.

– ഞാൻ കൂട്ടുകാരുടെ ഒപ്പം ഊഞ്ഞാലാടിക്കളിച്ചു.

– ഞങ്ങൾ എല്ലാവരും കൂടി ഫുട്ബോൾ കളിച്ചു.

– ഞങ്ങൾ ഒളിച്ചും പാത്തുമാണ് കളിച്ചത്.

– മൈതാനത്തിൽ എല്ലാ ദിവസവും ക്രിക്കറ്റ് കളിയായിരുന്നു.

കുട്ടികളൊക്കെ ഓരോരുത്തരുടെ വിശേഷം പറയും. വിനോദയാത്രയ്ക്കു പോയതും വിരുന്നുകാർ വന്നതും പറയുന്നവരുണ്ടാകും. ബിജുവിനു മാത്രം അങ്ങനെ നല്ല രസകരമായ അനുഭവങ്ങൾ പറയാനുണ്ടാവില്ല.

കാലു മുറിഞ്ഞ് കിടപ്പിലായി എന്നറിയുമ്പോൾ ടീച്ചർ അടുത്തേക്കു വിളിക്കും. സഹതാപത്തോടെ നോക്കും. കസേരയുടെ അടുത്തേക്ക് നീക്കി നിർത്തും. മുറിഞ്ഞഭാഗം ശ്രദ്ധിക്കണമെന്ന് ഉപദേശിക്കും. അപ്പോൾ സങ്കടം തോന്നുന്നത് സ്വാഭാവികമാണ്. ടീച്ചർ പുറത്തുതട്ടി സമാധാനിപ്പിക്കും.

എല്ലാ കുട്ടികളും അപ്പോൾ സഹതാപത്തോടെയാണ് നോക്കുക. അങ്ങനെയുള്ള നോട്ടം തീരെ നന്നല്ല.

മനസ്സിൽ വിചാരിച്ചാൽ കൂടി നല്ലതല്ലാത്ത കാര്യങ്ങളാണവയെല്ലാം. ചിരിച്ചു കളിച്ചു നടക്കേണ്ട സമയത്ത് ഇങ്ങനെയാണല്ലോ സംഭവിച്ചത്. ഇതിനൊക്കെ എന്താ പറയ്വാ...

ബിജുവിന്റെ കണ്ണുകൾ നിറഞ്ഞൊഴുകിയത് അവൻ പോലും അറിഞ്ഞില്ല.

"അയ്യേ... ബിജു കരയ്വാ?"

"ഇല്ലാലോ.."

"വേദനിക്ക്ന്നുണ്ടോ ബിജൂ..?"

"ങ്ഊം ഉം..."

കാലിലെ വേദന കൊണ്ടാണ് കരയുന്നതെന്നാണ് കുഞ്ഞേച്ചിയുടെ വിചാരം. അങ്ങനെ വിചാരിച്ചോട്ടെ. മനസ്സിന്റെ വിഷമം കുഞ്ഞേച്ചിക്കറിയില്ലല്ലോ?"

കണ്ണുകൾ തുടയ്ക്കാതെ തന്നെ ബിജു പറഞ്ഞു.

"കുഞ്ഞേച്ചി ചെല്ല്. നേരം ഒരുപാടായി. ആ പൂവൊന്നിട്.."

"ങ്ഹാ... ഹാ... നിനക്കതേ വിചാരമുള്ളൂ? ഞാനതങ്ങു മറന്നുപോയി."

ബിജുവിന്റെ മുടിയൊക്കെ ചപ്രച്ചു കിടക്കുകയായിരുന്നു. കുഞ്ഞേച്ചി മുടിയിൽ വിരലുകളോടിച്ച് എല്ലാം വിടർത്തി ഒതുക്കിവെച്ചു. നെറ്റിയിലും കവിളത്തും തലോടിയിട്ട് കുഞ്ഞേച്ചി പുറത്തേക്കുപോയി.

വെറുതെ കിടക്കുമ്പോൾ വിചാരങ്ങൾ കൊണ്ട് മനസ്സു നിറയുകയാണ്. നല്ല വിചാരങ്ങളല്ല ഏറെയും.

പൂക്കളമുണ്ടാക്കുന്നതു കാണണം. ബിജു അമ്മയെ വിളിച്ചു.

"അമ്മേ... അമ്മേ.. ഒന്നിങ്ങുവാ.."

"എന്തിനാ മോനേ...?"

"വാ അമ്മേ..."

അച്ഛൻ കമ്പനിയിലേക്കു പോയിക്കഴിഞ്ഞു. ഇനി അമ്മയ്ക്ക് തിരക്കൊന്നുമുണ്ടാകില്ല.

ബിജുവിന്റെ വിളികേട്ട് അമ്മ ഓടിവന്നു. വന്നപാടെ നെറ്റി

“മോന് കാല് വേദനയുണ്ടോ?”

കാലിൽ പലസ്ഥലത്തും സാവധാനം അമർത്തി വേദന യുണ്ടോ എന്നു പരിശോധിച്ചു.

“കാല് അനക്കാതെ വെച്ചാലും പെട്ടെന്നനങ്ങുമ്പോൾ വേദ

നയുണ്ടാവും. ഇടയ്ക്ക് അങ്ങോട്ടുമിങ്ങോട്ടും മാറ്റിവെക്കണം."

അമ്മ വിശദീകരിച്ചു. വേദനയുള്ള ഭാഗം ബിജു കാണിച്ചു കൊടുത്തു. അമ്മ പതുക്കെ ആ ഭാഗത്ത് ഊതിക്കൊടുത്തു. കാറ്റു തട്ടിയപ്പോൾ നല്ല സുഖം തോന്നി.

"വേദന കൂടുതലുണ്ടോ മോനേ?"

"ചെലപ്പം കുത്തിപ്പറിക്കുന്നതു പോലെയുണ്ട്."

അമ്മ അലമാര തുറന്ന് വേദനമാറാനുള്ള ഗുളിക എടുത്തു.

ചൂടുവെള്ളം കൊണ്ടുവന്ന് രണ്ടുഗ്ലാസിലേക്ക് തിരിച്ചും മറിച്ചും ഒഴിച്ചു ചൂടു കുറച്ചു.

"ഇത് അപ്പാടെ വിഴുങ്ങാൻ കഴിയില്ല. പൊട്ടിക്കണം?"

ബിജു ഗുളിക കൊടുത്തപ്പോൾ പറഞ്ഞു.

അമ്മ ഗുളിക രണ്ടു കഷണമാക്കി. പൊട്ടിച്ചതുകൊണ്ട് വായിൽ വെച്ചപ്പോൾ കയ്പു തോന്നി. തുപ്പിപ്പോകാഞ്ഞതു ഭാഗ്യം. മുഖം ചുളിഞ്ഞു പോയി.

"കുഞ്ഞേച്ചി പൂവിട്ടോ അമ്മേ?"

"തീർന്നില്ലാന്നാ തോന്നുന്നത്."

അമ്മ പറഞ്ഞു തീരുന്നതിനുമുന്നേ കുഞ്ഞേച്ചി ഓടിയെത്തി.

"നല്ല ഭംഗീണ്ട്ന്നാ എനിക്കു തോന്നുന്നത്. ബിജൂന് കാണണ്ടേ?"

അമ്മ കുഞ്ഞേച്ചിയെ നോക്കി കണ്ണുമിഴിച്ചു.

"ബിജൂന് പോകാൻ പറ്റില്ല. കാലിളകിയാൽ വേദന കൂടും."

"അതു സാരമില്ല. ഒന്നു കണ്ടിട്ടുവരാം."

ബിജു പറഞ്ഞു.

കുഞ്ഞേച്ചിയും അമ്മയും കൂടിപ്പിടിച്ച് ബിജുവിനെ വരാന്തയിലേക്കു കൊണ്ടുപോയി.

ഏഴ്

ആകാശം തെളിഞ്ഞു.

പകൽ പുഞ്ചിരിക്കുന്നു.

നിറഞ്ഞ നിലാവിൽ രാത്രിയും ചിരിക്കുന്നു.

നക്ഷത്രക്കുഞ്ഞുങ്ങൾ കണ്ണിറുക്കുന്നു.

എവിടെയും ഓണത്തിന്റെ തിരക്കാണ്. പുതിയ ഉടുപ്പുകൾ വാങ്ങണം. വീട്ടിലേക്ക് ഭക്ഷണസാധനങ്ങൾക്കു വേണ്ടതു വാങ്ങണം. നാട്ടിലുള്ള വിനോദങ്ങളിൽ പങ്കെടുക്കണം. മത്സരങ്ങളുണ്ട്. എല്ലായിടത്തും എത്തുവാനും ചെയ്യുവാനുമൊക്കെ സമയം തികയുന്നില്ല.

ബിജുവിന്റെ സങ്കടം കുറഞ്ഞു. കാലിന് ചെറിയ വേദനയേ ഉള്ളൂ. അകത്തും വരാന്തയിലുമൊക്കെ നടക്കാം. കുഞ്ഞേച്ചി പൂവിടുമ്പോൾ അതു നോക്കിയിരിക്കും ബിജു.

കുറച്ചു ദിവസമായി കുളിച്ചിട്ട്. കഴുത്തിലും കൈയിലുമൊക്കെ ചൊറിയുമ്പോൾ കറുത്ത ചേറ് നഖത്തിനുള്ളിൽ നിറയുന്നു. കുളിക്കാത്തതുകൊണ്ട് ഒരു ഉത്സാഹവും തോന്നുന്നില്ല.

കാലു നനയ്ക്കാതെ കുളിച്ചു കൊള്ളുവാൻ ഡോക്ടർ പറഞ്ഞു. കസേരയിൽ ഇരുന്ന് കാലുകൾ നീട്ടിവെച്ചു. അമ്മ വെള്ളം ഒഴിച്ചുതന്നു. വേദന കുറഞ്ഞതുകൊണ്ട് വലിയ പ്രയാസം തോന്നിയില്ല.

മുറിവിന് നല്ല ഉണക്കമുണ്ടെന്നാണ് ഡോക്ടർ പറഞ്ഞത്. തുന്ന് എടുക്കേണ്ടതില്ല. മുറിവ് ശരിക്ക് ഉണങ്ങുമ്പോൾ അത് തനിയെ പൊയ്ക്കൊള്ളുമത്രെ.

കുളിച്ചു വന്നപ്പോൾ നല്ല ഉന്മേഷം തോന്നി.

കുപ്പായം മാറ്റി ബിജു കോലായിലെ കസേരയിൽ ഇരിക്കുകയായിരുന്നു.

ദൂരെ നിന്നേ ഒച്ച കേൾക്കുന്നുണ്ട്. ബിനുവും ബിന്ദുവും രജിത്തും ബിനോയിയുമൊക്കെയാവും. പാട്ടും പാടിക്കൊണ്ടാണ് അവരുടെ വരവ്. വീട്ടിലേക്കുള്ള വഴിയിലെത്തിയപ്പോൾ പാട്ട് വ്യക്തമായി കേട്ടു.

ഹാ ഹ ഹാ ഹാ ഹാഹാഹാഹാ
ഹീഹിഹീ ഹീഹി ഹീഹീഹീ
പൊൻവെയിലിൽ കോടിയുണ്ട്.
പൊന്നോണ നാളിനുടുക്കാൻ
പൊന്നണിഞ്ഞെത്തിയല്ലോ.
പൊന്നിൻ കിനാവുമായോണം.

കൂട്ടുകാരെ സ്വീകരിക്കാൻ വേണ്ടി ബിജു എഴുന്നേറ്റു നിന്നു. ബിനു ചോദിച്ചു.

"ബിജൂ... വേദന എങ്ങനുണ്ട്?"

"നല്ല കുറവുണ്ട്."

"ഓ.. രക്ഷപ്പെട്ടു."

"നടക്കുമ്പോൾ തുന്നിയ സ്ഥലത്ത് വലിഞ്ഞു മുറുകുന്നതുപോലെ."

"അതു കേൾക്കുമ്പത്തന്നെ ഞാൻ ഞെട്ടിപ്പോകുന്നു."

ബിജു പറഞ്ഞു.

"എന്നാലും നീ നടക്കുന്നതു കാണുമ്പോ വലിയ സന്തോഷം."

ബിന്ദു അറിയിച്ചു.

"ആകെ വിഷമിച്ചുപോയി. ഇന്നു ഞാൻ കുളിച്ചു."

കുട്ടികളെല്ലാം കൈ കൊട്ടിച്ചിരിച്ചു. ആകെ ബഹളമായി. ബിജു എല്ലാ വിഷമങ്ങളും മറന്നു.

ബിന്ദുവിന് സന്തോഷം തോന്നുമ്പോൾ നൃത്തച്ചുവടുകൾ വയ്ക്കാൻ തോന്നും. കഴിഞ്ഞ കൊല്ലം മുതൽ അവൾ നൃത്തം

പഠിച്ചു വരുന്നുണ്ട്. അല്ലെങ്കിലും നടക്കുമ്പോഴും ഓടുമ്പോഴും നില്ക്കുമ്പോൾ പോലും ബിന്ദു നൃത്തത്തിനു നില്ക്കുന്നതു പോലെയായിരിക്കും. കൂട്ടുകാരുടെ മുന്നിലാവുമ്പോൾ എന്തു കളിക്കാനും അവൾക്ക് നാണമൊന്നുമില്ല.

ബിന്ദു നൃത്തം തുടങ്ങിയപ്പോൾ രജിത്ത് അതിനൊപ്പിച്ച് ഒരു പാട്ടുപാടി.

ഓണനിലാവേ ഒഴുകിവരൂ
ഓണത്തപ്പനെയെതിരേല്ക്കാൻ
ഓണക്കാറ്റേ കുളിരു തരൂ
ഓമനസ്വപ്നം പൂവണിയാൻ
ഇത്തിരി നേരം വാ ഇവിടെ
ഞങ്ങടെയൊപ്പം വാവാവാ

നൃത്തം പഠിപ്പിക്കുന്നത് ശാരദേച്ചിയുടെ വീട്ടിൽ വെച്ചാണ്. വീടിനോട് ചേർന്ന് നെലോതിക്കകൊണ്ട് അടിച്ച് മിനുസപ്പെടുത്തിയ മുറ്റത്ത് ചരിച്ചുകെട്ടിയിട്ടുണ്ട്. മഴയും വെയിലും കൊള്ളില്ല. ആ ഭാഗത്തേക്ക് അധികം ആളുകളും എത്തുക പതിവില്ല. വഴിയുടെ അടുത്തുമല്ല. ശാന്തമായ അന്തരീക്ഷമാണ്. ശാരദേച്ചിയും ജ്യേഷ്ഠ സഹോദരിയുടെ മകളും മാത്രമേ താമസമുള്ളൂ. കുടുംബക്കാരൊക്കെ ചെന്നൈയിലാണ് താമസം. വല്ലപ്പോഴുമേ വരൂ. ഒരു ശല്യവുമില്ല. അതുകൊണ്ട് നൃത്തം പഠിക്കുവാൻ വരുന്ന കുട്ടികൾക്കും സൗകര്യമാണ്.

രജിത്തിന്റെ വീട്ടിൽ നിന്നു നോക്കിയാൽ നൃത്തംപഠിപ്പിക്കുന്നതു കാണാം. ചില ദിവസങ്ങളിൽ രജിത്ത് ശാരദേച്ചിയുടെ വീട്ടിൽ പോകും. നൃത്തം പഠിപ്പിക്കുന്നത് ദൂരെനിന്നു നോക്കും. അവിടെ പാടുന്ന പാട്ടുകൾ അവനും പാടിനോക്കും. അങ്ങനെ കുറച്ചു പാട്ടുകളൊക്കെ മനപ്പാഠമായിട്ടുണ്ട്. രജിത്തിന്റെ ഈണം കൃത്യമായിരിക്കില്ല. എപ്പോഴും ഒരേ പാട്ട് ഒരേ ഈണത്തിൽ പാടാൻ കഴിഞ്ഞെന്നുവരില്ല. എങ്കിലും അതിമധുരമായ ശബ്ദമായതുകൊണ്ട് കേൾക്കാൻ നല്ല സുഖമാണ്.

രജിത്ത് പാട്ടുപാടിയതുകൊണ്ട് ബിന്ദുവിന് ഉഷാറുകൂടി. മുറ്റം നിറയെ നൃത്തം വെച്ചുകൊണ്ട് ബിന്ദു കളിച്ചു. ബിനുവും ബിനോജുമൊക്കെ താളം പിടിച്ച് കൈകൊട്ടിക്കൊണ്ടിരുന്നു.

കുഞ്ഞേച്ചി ചായ കൊണ്ടുവന്നു. അതു കാണേണ്ട താമസം ബിന്ദു ഓടിച്ചെന്ന് ഒരു ഗ്ലാസ് ചായ പിടിച്ചു വാങ്ങി. നല്ല ചൂടുണ്ടായിരുന്നു ചായയ്ക്ക്. എല്ലാവരും ഊതിയൂതി കുടിച്ചു.

"കുഞ്ഞേച്ചിക്ക് ഡാൻസ് അറിയ്യോ?"

ബിന്ദു കുഞ്ഞേച്ചിയുടെ കൈയും പിടിച്ച് മുറ്റം നിറയെ ഓടി. എല്ലാവരും കൈകൊട്ടിച്ചിരിച്ചു.

സമയം വേഗത്തിൽ നീങ്ങി.

വെയിലിനു ശക്തി കൂടി.

പതിവില്ലാതെ അപ്പോൾ ബിജുവിന്റെ അച്ഛൻ ഓടി വരുന്നതു കണ്ടു. എല്ലാവരും പരിഭ്രമിച്ചു. അദ്ദേഹത്തിന്റെ മുഖം കണ്ടുപേടിച്ച കുട്ടികൾ ഓടിപ്പോയി.

എട്ട്

അച്ഛൻ വന്നപാടെ വീടു മുഴുവൻ തിരയുകയായിരുന്നു.

"പേപ്പർ കൊണ്ട് പൊതിഞ്ഞ കെട്ട് കണ്ടോ ഇവിടെയെങ്ങാൻ?"

അമ്മയോടു ചോദിച്ചു.

"നിങ്ങൾ കൊണ്ടുപോയതാണല്ലോ."

"എന്നാ ഞാനും വിചാരിച്ചത്. കാണുന്നില്ല. എല്ലായിടവും ഒന്ന് നോക്ക്."

അച്ഛൻ ആകെ തളർന്നവശനായിരുന്നു. സംഭവം എന്താണെന്ന് ബിജുവിന് മനസ്സിലായില്ല.

അമ്മയും കുഞ്ഞേച്ചിയും വീട്ടിനുള്ളിൽ തിരയാൻ ഇനിയൊരിടവുമില്ല. അച്ഛൻ ഒന്നും ചെയ്യാൻ കഴിയാതെ കസേരയിൽ വന്നിരുന്നു.

എല്ലാവരുടേയും മുഖം ശോകാകുലമായിരുന്നു. വീടാകെ മൂകമായി. എന്തെങ്കിലും മിണ്ടുവാൻ കഴിയുന്നില്ല ആർക്കും. ചോദിക്കുന്നുമില്ല. പറയുന്നുമില്ല.

ബിജുവിന്റെ കൂട്ടുകാർ സന്തോഷത്തോടെ ഓടിവന്നു. അവരുടെ ആ സമയത്തുള്ള വരവ് ബിജുവിനുപോലും ഇഷ്ടമായില്ല. അത്രയ്ക്കു വിഷമിച്ചിരിക്കയാണവർ.

ബിനു ഒരു പൊതി ബിജുവിന്റെ അച്ഛന്റെ കൈയിൽ കൊടുത്തു.

“ഞങ്ങള് പോകുമ്പം വഴിയിൽനിന്ന് കിട്ടിയതാ ഇത്. എടുക്കണ്ട എന്ന് എല്ലാവരും പറഞ്ഞതാ. പിന്നെ വിലപിടിപ്പുള്ള എന്തെങ്കിലുമാണെങ്കിലോ എന്ന് രജിത്ത് പറഞ്ഞു. ഒരു വടിയെടുത്ത് കടലാസ് മെല്ലെ കുത്തിക്കീറി നോക്കിയപ്പഴാ മനസ്സിലായത്. പിന്നെ വേറാരെയും കാണിക്കാതെ ഇങ്ങോട്ടുകൊണ്ടു പോന്നു.”

ബിനു നിർത്താതെ പറഞ്ഞു. ഉടനെ രജിത്ത് കൂട്ടിച്ചേർത്തു.

“ഏതോ പാവം ആളുടേതായിരിക്കും. ഇത്രയും പണം വീണു പോയാ അയാളുടെ വിഷമം എത്രയുണ്ടാവും. പാവം....”

താൻ പൊതിഞ്ഞ കടലാസു തന്നെ. തന്റെ പണം തന്നെ. ബിജുവിന്റെ അച്ഛൻ സന്തോഷം കൊണ്ടു മതിമറന്നു. വീട്ടിലെല്ലാവരുടെയും മുഖം തെളിഞ്ഞു.

“ഇതെന്റെ പണം തന്നെയാ മക്കളേ... ബാഗിൽനിന്ന് ഒരു പുസ്തകം എടുത്തിരുന്നു. തിരക്കിലായിരുന്നു ഞാൻ. അപ്പോഴായിരിക്കും വീണത്. വീടു മുഴുവൻ തിരഞ്ഞു. ബാഗിൽ എടുത്തുവെച്ചത് എനിക്കോർമ്മയുണ്ട്. പക്ഷേ, കാണാതായപ്പോ എല്ലാടവും തിരഞ്ഞു. പണം നഷ്ടപ്പെട്ടൂന്ന് വിചാരിച്ച് വിഷമിച്ചിരിക്കയായിരുന്നു. നിങ്ങൾ നല്ല കുട്ടികളാണ്.”

ബിജുവിന്റെ അച്ഛൻ പറഞ്ഞു.

“വേറെ എവിടെയെങ്കിലും കൊടുക്കാമെന്നായിരുന്നു ആദ്യം വിചാരിച്ചത്. പിന്നെ ബിന്ദു പറഞ്ഞു ഇവിടെ ചോദിക്കാമെന്ന്. അതു നന്നായി അല്ലെങ്കിൽ അന്വേഷിച്ച് അന്വേഷിച്ച് പണം കിട്ടുമ്പോഴേക്കും... എന്തോ ഇവിടെ കൊണ്ടുവരാൻ തോന്നിയത് നന്നായി.”

ബിനോജ് പറഞ്ഞു. എങ്ങനെ... നന്ദി പറയണമെന്ന് ബിജുവിന്റെ അച്ഛന് വാക്കുകൾ കിട്ടിയില്ല.

“മക്കളേ... വല്യ ഉപകാരം... ആദ്യമായാ എനിക്കിങ്ങനെ ഒരപകടം. നന്ദി പറഞ്ഞാലൊന്നും മതിയാവില്ല. മക്കളുടെ ഈ നല്ല സ്വഭാവം ജീവിതം മുഴുവൻ കാത്തു സൂക്ഷിക്കണം. ഇതു കിട്ടി

യില്ലായിരുന്നെങ്കിൽ എന്റെ ജീവിതം തന്നെ തകരുമായിരുന്നു. കമ്പനിയിലെ പണമാണ്. ബാങ്കിലടയ്ക്കേണ്ടതാ. ഇത്രയും വലിയ തുക ഉണ്ടാക്കണമെങ്കിൽ... ഇല്ല... നിങ്ങളുടെ നല്ല മനസ്സില്ലായിരുന്നെങ്കിൽ ഞങ്ങളുടെ കുടുംബം തന്നെ...."

ബിജുവിന് കൂട്ടുകാരെക്കുറിച്ച് അഭിമാനം തോന്നി. എത്രയോ ആളുകൾ പോകുന്ന വഴിയാണ്. മറ്റാർക്കെങ്കിലുമാണെങ്കിൽ തിരിച്ചുകിട്ടുന്നത് സംശയമാണ്. സത്യസന്ധരായ ആൾക്കു തന്നെ കിട്ടിയെങ്കിലും തിരിച്ച് തങ്ങളുടെ വീട്ടിലേക്കെത്തണമെങ്കിൽ പല കടമ്പകൾ കടക്കേണ്ടി വരും. കുട്ടികളാണെങ്കിലും കുറേശ്ശെ വീതിച്ചെടുത്തിരുന്നെങ്കിലോ... നല്ല കൂട്ടുകാരാണ്.

"മക്കളേ നിങ്ങൾ.."

ബിജുവിന്റെ അച്ഛന് പറയാൻ വാക്കുകൾ കിട്ടിയില്ല. അദ്ദേഹം കുട്ടികളുടെ കൈകൾ പിടിച്ച് തലോടി. അവരുടെ പുറത്തു തട്ടി അഭിനന്ദിച്ചു.

"നിങ്ങളുടെ ഈ സ്വഭാവം... ബിജൂ... മോനേ.. നിന്റെ ചങ്ങാതിമാർ നല്ലവരാണെടാ.. ചങ്ങാതിമാരായാൽ ഇങ്ങനെ വേണം."

അമ്മയും കുഞ്ഞേച്ചിയുമൊന്നും അവർക്കിടയിൽ അഭിപ്രായംപറഞ്ഞില്ല. അവർക്കും കുട്ടികളെക്കുറിച്ച് മതിപ്പാണ് തോന്നിയത്.

"അച്ഛനിന്ന് കമ്പനീൽപോകുന്നില്ലേ?"

"ഇനിയിന്ന് പോയാൽ ശരിയാവില്ല. ഈ സംഭവം ഞാൻ കമ്പനീൽ പറയുന്നുണ്ട്. നമ്മുടെ നാട്ടിൽ ഇത്രയും നല്ല കുട്ടികളുണ്ട് എന്ന് അവിടെയെല്ലാവരും അറിയട്ടെ."

പറഞ്ഞു പറഞ്ഞ് സമയം ഒരുപാടായി.

കുട്ടികൾ വീടുകളിലേക്കുപോകാൻ ഒരുങ്ങി. ഊണു കഴിച്ച്പോയാൽ മതിയെന്ന് ബിജുവിന്റെ അച്ഛൻ പറഞ്ഞു നോക്കി.

"ഇന്ന് പോകണം. എപ്പളും വരാമല്ലോ."

രജിത്ത് പറഞ്ഞു.

കുട്ടികൾ ഓടിപ്പോയി.

ബിജുവിന്റെ കൂട്ടുകാരോട് അച്ഛന് കൂടുതൽ മമത തോന്നി.

മുമ്പൊക്കെ അയൽവീട്ടിലെ കുട്ടികൾ എന്നുമാത്രമേ ഉണ്ടായിരുന്നുള്ളൂ. പണം തിരിച്ചുകിട്ടിയത് വലിയ കാര്യമാണ്. അതിനേക്കാൾ വലിയ കാര്യമാണ് ഇത്തരം മനോഭാവം കുട്ടികളിലുണ്ടാകുന്നത് എന്നദ്ദേഹം കരുതി. ഇന്നത്തെ കാലത്ത് ഇങ്ങനെയുണ്ടാകുന്നത് കുറഞ്ഞുവരികയാണ്. ഈ കൂട്ടുകാരുടെ സഹവാസം ബിജുവിന് നല്ലതേ വരുത്തൂ എന്ന് അദ്ദേഹം വിശ്വസിച്ചു.

അടുത്ത ദിവസം രാത്രി അച്ഛൻ വരുമ്പോൾ ബിജു ഉറങ്ങുകയായിരുന്നു. വന്നപാടെ അച്ഛൻ വിളിച്ചു.

"ബിജൂ... എണീറ്റാട്ടെ."

സാധാരണ രാത്രിയിൽ ബിജു ഉറങ്ങിപ്പോയിട്ടുണ്ടെങ്കിൽ അച്ഛൻ ഉണർത്താറില്ല. ബിജു നല്ല ഉറക്കമായിരുന്നു അപ്പോൾ. അച്ഛൻ ബിജുവിനെ കുലുക്കിവിളിച്ചു.

"ബിജൂ.. മോനേ.. ബിജൂ.. എണീക്ക്."

"ങ്ഹേ..."

ബിജുവിന് ഒന്നും മനസ്സിലായില്ല. നേരം പുലർന്നോ... അച്ഛനല്ലല്ലോ സാധാരണ വിളിക്കാറുള്ളത്.

"ങ്ഹേ... എന്താ?"

"എണീക്ക്."

അമ്മയും കുഞ്ഞേച്ചിയും ഏട്ടനും അടുത്തെത്തി.

"ഇപ്രാവശ്യം ഞാനൊറ്റയ്ക്കുപോയി ഓണക്കോടികളൊക്കെ വാങ്ങി. ബിജൂനെയും കൂട്ടിപ്പോകാൻ വിഷമമാണല്ലോ."

"കാണട്ടെ. എങ്ങനെയുണ്ടെന്ന് നോക്കാമല്ലോ."

കുഞ്ഞേച്ചി പാക്കറ്റുകൾ തുറക്കാൻ നോക്കുമ്പോൾ അച്ഛൻ തടഞ്ഞു.

"ഞാൻ തന്നെ ഓരോന്നെടുത്തു കാണിക്കാം. ആദ്യം ബിജുവിന്റേതായിക്കോട്ടെ."

അച്ഛൻ പാക്കറ്റു തുറന്നു. കുപ്പായമെടുത്തു നിവർത്തി. ഉടനെ എല്ലാവരും ചോദിച്ചു, ഒരേപോലെ.

"ബിജൂന് പാവാടയാണോ?"

"ഓ മാറിപ്പോയി. സാരമില്ല. ഇതെങ്ങനെയുണ്ട്?"

"എനിക്കിത്ര ചെറുതുപറ്റില്ല."

കുഞ്ഞേച്ചി പറഞ്ഞു.

"എനിക്കുള്ളതും ഇങ്ങനെത്തേതാകുമോ?"

ചേട്ടനും ചോദിച്ചു.

"എല്ലാവരെയും കൂട്ടിപ്പോയെങ്കിൽ ഇങ്ങനെ വരില്ലായിരുന്നു."

അമ്മയും അഭിപ്രായം പറഞ്ഞു.

"ഇതു മാറിപ്പോയതാ. എന്നാലും ഇത് വെറുതെയല്ല. ആദ്യം എടുക്കേണ്ടത് മാറിപ്പോയി എന്നുമാത്രം."

"നിങ്ങളെന്തൊക്കെയാ പറയുന്നത്? തലയ്ക്കുവെളിവില്ലാതായോ?"

"എന്നെ പറയാൻ സമ്മതിക്ക്. ഞാൻ പറയുന്നതിനു മുന്നേ നിങ്ങൾ വിശദീകരിക്കാൻ തുടങ്ങിയാൽ കാര്യമെന്താണെന്നു നിങ്ങൾക്കു മനസ്സിലാവില്ല."

"അച്ഛാ.. സംഭവം എന്താന്നു പറ."

ബിജു ആശ്ചര്യപ്പെട്ടു.

"പറയാൻ തുടങ്ങുന്നതിനു മുമ്പേ നിങ്ങൾ അഭിപ്രായം തുടങ്ങും. ഒന്നു സമാധാനിക്ക്. കവറിൽ നിന്നെടുക്കുമ്പോഴേ മാറിപ്പോയിട്ടുള്ളൂ. ഈ കാണിച്ച പാവാട നല്ലതാണോന്ന് പറഞ്ഞാ മതി. ഇത് ബിജൂന് വാങ്ങാൻ ഞാനെന്താ.. ഇത് ബിജൂവിന്റെ ചങ്ങാതി ബിന്ദൂനുള്ളതാ."

എല്ലാവരുടെയും വായിൽ നിന്ന് "ശ് ശ്" എന്നൊരു ശബ്ദം ഉയർന്നു

"അച്ഛാ.."

ബിജു ഉറക്കെ വിളിച്ചു

"ബിജൂന്റെ ഇവിടെ വരുന്ന ചങ്ങാതിമാർക്കെല്ലാം ഉടുപ്പുകൾ വാങ്ങിയിട്ടുണ്ട്. എന്താ വേണ്ടേ?"

"അവർക്കെന്തെങ്കിലുമൊക്കെ കൊടുക്കണമെന്ന് പറയാനിരിക്കയായിരുന്നു ഞാൻ."

അമ്മ പറഞ്ഞു.

"നിങ്ങൾ വിചാരിക്കുന്ന കാര്യം ഞാൻ ചെയ്യുന്നു. അത്രയേ ഉള്ളൂ. ഇപ്രാവശ്യം ബിജുവിന്റെ കൂട്ടുകാർക്ക് ഓണക്കോടി നമ്മുടെ വകയും കൊടുക്കുന്നു."

അച്ഛന്റെ സൽപ്രവൃത്തിയിൽ വീട്ടുകാർക്കെല്ലാം അഭിമാനം തോന്നി.

ഓരോരുത്തർക്കുമുള്ളതും നിവർത്തികാണിച്ചു. കുഞ്ഞേച്ചിക്കുള്ള കുപ്പായം ഏച്ചിക്ക് വളരെയധികം ഇഷ്ടമായി.

വളരെ സന്തോഷപ്രദമായ നിമിഷങ്ങൾ. ആ സന്തോഷം അപ്പോൾത്തന്നെ കൂട്ടുകാരുടെ വീടുകളിലേക്ക് ഓടിപ്പോയി അറിയിക്കണമെന്നുണ്ടായിരുന്നു ബിജുവിന്. പക്ഷേ, പറ്റില്ലല്ലോ.

രാത്രി ഉറക്കം വന്നില്ല. നേരം പുലരാൻ വേണ്ടി ബിജു അക്ഷമയോടെ കാത്തിരുന്നു.

ഒൻപത്

വൈകുന്നേരമായി.

വെയിൽ ചായുകയാണ്.

പടിഞ്ഞാറൻ മാനം സിന്ദൂരതിലകമണിഞ്ഞു

തിരുവോണനാൾ അസ്തമിക്കുന്നു.

കേരളത്തിന്റെ ആഘോഷനാളുകൾ ഇനി രണ്ടു ദിവസം കൂടിയുണ്ട്. തിരുവോണനാൾ കഴിഞ്ഞാണ് ചതയം. കേരളത്തിലെ ചരിത്രപുരുഷന്മാരിൽ എല്ലാവരാലും ആദരിക്കപ്പെടുന്ന ശ്രീനാരായണഗുരുവിന്റെ ജന്മദിനമാണ് ചതയം.

അന്ധവിശ്വാസങ്ങളും അനാചാരങ്ങളും കൊണ്ട് ഇരുണ്ട ഒരു കാലത്ത് പ്രകാശത്തിന്റെ ദൂതുമായി വന്ന മഹാനാണ് ശ്രീനാരായണ ഗുരു. വിദ്യാഭ്യാസത്തിനായിരുന്നു ശ്രീനാരായണ ഗുരു പ്രാമുഖ്യം നല്കിയത്. വിദ്യകൊണ്ടു മാത്രമേ മനുഷ്യന് ഉയർച്ച ഉണ്ടാകൂ എന്നദ്ദേഹം പ്രഖ്യാപിച്ചു. മനുഷ്യരെല്ലാം ഏകോദര സഹോദരന്മാരായി ജീവിക്കുന്ന ഒരു കേരളമാണ് അദ്ദേഹത്തിന്റെ ലക്ഷ്യമായിരുന്നത്.

ജാതിഭേദം മതദ്വേഷം
ഏതുമില്ലാതെ സർവ്വരും
സോദരത്വേന വാഴുന്ന

മാതൃകാസ്ഥാനമാണിത്

എന്ന് ആദ്യത്തെ ക്ഷേത്രത്തിൽത്തന്നെ എഴുതി വെച്ചുകൊണ്ടാണ് ശ്രീനാരായണഗുരു സാമൂഹ്യപ്രവർത്തനത്തിൽ മുന്നോട്ടുപോയത്.

അരുവിക്കരയിൽ ഏതു ജാതിക്കാരെന്നോ മതക്കാരെന്നോ

ഉള്ള യാതൊരു ചിന്തയുമില്ലാതെയാണ് ജനങ്ങൾ ജീവിക്കുന്നത്. എല്ലാവീട്ടിലും എല്ലാവർക്കും പ്രവേശനമുണ്ട്. എല്ലാവരും കൂട്ടുകൂടി ഭക്ഷണം കഴിക്കും. ഒരുമിച്ചു കഴിയുന്നതുകൊണ്ട് സന്തോഷത്തോടെ ജീവിക്കുന്നവരാണവർ.

ചതയദിനത്തിന്റെ തലേദിവസം ദീപാരാധനയുണ്ടാവും. ശ്രീനാരായണ ഗുരുവിനോടുള്ള ആദരസൂചകമായാണ് ദീപം തെളിയിക്കുന്നത്. മനുഷ്യരെ വെളിച്ചത്തിലേക്കു നയിക്കുവാനുള്ള ഗുരുവിന്റെ ആഹ്വാനം സ്വീകരിക്കുന്നു എന്നുള്ളതാണ് ദീപാരാധനയുടെ അർത്ഥം. വീടുകളിൽ മെഴുകുതിരികളോ മൺചെരാതുകളോ തെളിയിച്ചാണ് ദീപാരാധന നടത്തുന്നത്.

ബിജുവിന്റെ വീട്ടിലും ദീപാരാധന നടത്താറുണ്ട്. കാവിലെ ക്ഷേത്രത്തിൽ ചെരാതുകളിലാണ് ദീപം തെളിയിക്കുക. ചതയദിനത്തിൽ സമൂഹമായി ഭക്ഷണം കഴിക്കുന്നതിന്റെ പ്രതീകമായി പായസദാനമുണ്ടാകും. നാട്ടുകാരെല്ലാം ഒത്തുചേർന്ന് ക്ഷേത്രത്തിനടുത്തുനിന്ന് പായസം വയ്ക്കും. എല്ലാവരും വരിവരിയായിരുന്ന് പായസം കുടിക്കും. അവിടേക്ക് വരാൻ കഴിയാത്തവർക്കായി വീട്ടിലേക്ക് കൊണ്ടുപോകാനും പായസം നല്കും.

ചതയത്തിന്റെ പിറ്റേ ദിവസം സ്കൂൾ തുറക്കും. മുറിവൊക്കെ ഒരുവിധം ഉണങ്ങി. നടക്കാൻ വലിയ പ്രയാസമില്ല. സ്കൂൾ തുറക്കാൻ ബിജു കൊതിച്ചു.

കൂട്ടുകാരുമൊത്ത് സൊറ പറയാനും കളിക്കാനും ബിജുവിന് ഉത്സാഹമാണ്. കുറച്ചുദിവസങ്ങൾ കൂടി കളിക്കുവാൻ വിഷമമുണ്ടാകും. കാലിൽ ഇപ്പോൾ ചെറിയ വേദനയേ ഉള്ളൂ. എന്നാലും സ്കൂളിൽ പോകാൻ രസം തന്നെയായിരിക്കും.

ഓണപ്പരീക്ഷയ്ക്ക് ഒന്നാം സ്ഥാനം കിട്ടുമോ എന്നറിയില്ല. സാരമില്ല. മലയാളത്തിൽ മുന്നിലെത്താം. കണക്കിന്റെ കാര്യത്തിലാണു വിഷമം. കണക്കിന് രജിത്താണു മുമ്പൻ. അവനെ പിന്നിലാക്കാൻ ഷമ്മിക്കു പോലും കഴിയില്ല.

കണക്കെന്നു പറയുമ്പോൾത്തന്നെ ബിജുവിനു പേടിയാകും. എത്ര ശ്രമിച്ചിട്ടും കണക്കിന്റെ തത്ത്വങ്ങളൊന്നും മനസ്സിൽ ഉറയ്ക്കുന്നില്ല. മലയാളത്തിന് മാലതി ടീച്ചറാണ്. മലയാളത്തോ

ടുള്ള ഇഷ്ടംകൊണ്ട് ടീച്ചറോടും ബിജുവിന് ഇഷ്ടമായി.

വീട്ടിൽത്തന്നെ ഇരിക്കുന്നത് എത്ര മടുപ്പുണ്ടാക്കുന്നതാണെന്ന് കുറഞ്ഞ ദിവസങ്ങൾകൊണ്ടുതന്നെ മനസ്സിലായി.

മഴ നിന്നു.

ഓണത്തിന്റെ സന്തോഷത്തിൽ പൊൻവെയിൽ ചിരിച്ചുനിന്നു.

സ്കൂൾ തുറന്നു.

ഓണക്കോടിയുമണിഞ്ഞ് ബിജു സ്കൂളിലേക്കു പുറപ്പെട്ടു. വഴിയിൽ ബിനു, ബിന്ദു, രജിത്ത്, ബിനോജ് എന്നിവരും കൂട്ടുകൂടി. ബിജു പറഞ്ഞിരുന്നില്ലെങ്കിലും അവന്റെ അച്ഛൻ വാങ്ങിക്കൊടുത്ത കോടിക്കുപ്പായമാണ് എല്ലാവരും ധരിച്ചിരുന്നത്.

സ്കൂളിലെത്തുമ്പോൾ നല്ല തമാശയായിരിക്കും. ചങ്ങാതിമാർക്കെല്ലാം ഒരുപോലെയുള്ള കുപ്പായം കാണുമ്പോൾ എല്ലാവർക്കും അഭിപ്രായം പറയാനുണ്ടാകും. മാലതി ടീച്ചറുടെ എന്തെങ്കിലും ഉപമയും കേൾക്കാൻ കഴിയും.

സ്കൂളിലെത്തിയ ഉടനെ ബിനുവും രജിത്തുമൊക്കെ കളിസ്ഥലത്തേക്കു പോയി. ബിജു വെറുതെ വരാന്തയിൽ നിന്നതേയുള്ളൂ. അദ്ധ്യാപകരിൽ ചിലർ മാത്രമേ എത്തിയിരുന്നുള്ളൂ.

ബിജുവിന്റെ കാലിൽ കെട്ടുണ്ട്. പൊടിയാകേണ്ട എന്നു പറഞ്ഞ് അമ്മ വിസ്തരിച്ചു കെട്ടിയതുകൊണ്ട് എല്ലാവരുടെയും ശ്രദ്ധയിൽ പെടും.

കണ്ടവരൊക്കെ അടുത്തുവന്നു ചോദിച്ചു.

“എന്തുപറ്റി ബിജൂ..?”

ചോദിച്ചവരോടൊക്കെ ഒരേ ഉത്തരം തന്നെ പറഞ്ഞു. ഇനിയും കാണുന്നവർ ചോദിക്കും. ബിജു ക്ലാസിൽ പോയിരുന്നു. പുസ്തകം വായിക്കുന്നതു പോലെ തുറന്നുവെച്ചിരുന്നു.

സമയം മെല്ലെയേ നീങ്ങുന്നുള്ളൂ. ഒടുവിൽ ബെല്ലടിച്ചു. കുട്ടികൾ കൂട്ടത്തോടെ ക്ലാസിലേക്കു കയറി.

“എന്താടോ കളിക്കാൻ വരാഞ്ഞത്?”

“ഓ... ഞങ്ങളെയൊക്കെ വിട്ടോ?”

പലരും പലതും ചോദിച്ചു. ആർക്കും എങ്ങനെ ചോദിക്ക

ണമെന്നറിയില്ല. എങ്ങനെയൊക്കെയോ ചോദിക്കുകയാണ്. ബിജുവിന്റെ മനസ്സുവേദനിച്ചു.

ഉത്സാഹപൂർവ്വം കളിക്കാറുള്ള ബിജുവിന്റെ വിഷമം എന്താണെന്ന് ആലോചിക്കാതെയുള്ള ചോദ്യമാണ് ചോദിക്കുന്നത്. ബിജുവിനാണെങ്കിൽ നിസ്സാര കാര്യം മതി മനസ്സ് നോവാൻ.

കുട്ടികളുടെ പരക്കെയുള്ള ചോദ്യം ഉയർന്നപ്പോൾ രജിത്ത് ഇടയിൽ കയറിനിന്നു പറഞ്ഞു.

"നിങ്ങള് മാറി നിന്നാട്ടെ. നിങ്ങളിങ്ങനെ വെറ്തെ ഓരോ ചോദ്യം ചോദിച്ചിട്ടെന്താ? സംഭവം ഞാൻ പറയാം. നിങ്ങൾ വിചാരിക്കുംപോലെയുള്ള ഒന്നുമല്ല."

അപ്പോഴേക്കും മാലതി ടീച്ചർ ക്ലാസിലെത്തി. രണ്ടാമത്തെ ബെല്ലുമടിച്ചു.

ഹാജർ വിളിച്ചു. ടീച്ചർ കുട്ടികളുടെയെല്ലാം മുഖത്തേക്കു നോക്കി ചിരിച്ചു.

ടീച്ചറും കോടി സാരിയാണ് ഉടുത്തത്. വെള്ള നിറത്തിൽ പച്ചക്കരയുള്ളസാരി. വെള്ള നിറത്തിൽ നിറയെ ശീവോതിച്ചെടിയുടെ ചിത്രങ്ങളാണ്. നല്ലഭംഗിയുണ്ട്. ടീച്ചർക്ക് ഇണങ്ങുന്ന സാരി. ടീച്ചർ ചോദ്യം തുടങ്ങി.

"ഓണമൊക്കെ എങ്ങനെയുണ്ടായിരുന്നു."

"ഗംഭീരം."

കുട്ടികൾ ഒരുമിച്ചു പറഞ്ഞു.

"പൂക്കളമിട്ടവർ. ആരൊക്കെ?"

കുറേ കുട്ടികൾ ചാടിയെണീറ്റു.

"ഓണസദ്യയൊക്കെ എങ്ങനെ?"

"ചോറ്, സാമ്പാറ്, പച്ചടി, കിച്ചടി, അച്ചാറ്, പപ്പടം, ഉപ്പേരി, പഴം, പായസം...

കുട്ടികൾ അവിടുന്നും ഇവിടുന്നുമായി പരക്കെ പറഞ്ഞു.

"ഓണക്കോടിയൊക്കെ കിട്ടിയോ എല്ലാവർക്കും?"

"കിട്ടി. കിട്ടി."

"ഞങ്ങൾക്കൊരുപോലത്തെയാ.."

ബിനുവും കൂട്ടുകാരും എഴുന്നേറ്റുനിന്നു.

"ഓ..."

കുട്ടികൾ ആർത്തുവിളിച്ചു.

"കൊന്ന പൂത്തതുപോലെയുണ്ടല്ലോ..."

ടീച്ചർ പറഞ്ഞതു ശരിയാണ്. ഒരു ഭാഗത്ത് ഒരുമിച്ചാണാ കൂട്ടുകാർ ഇരിക്കുന്നത്. മഞ്ഞക്കുപ്പായമാണ്. കൊന്നയുടെ ഒരു പൂത്ത കൊമ്പുപോലെ.

പച്ചപ്പനന്തത്തേ പുന്നാരപ്പൂമുത്തേ

നീരജ ഈണത്തിൽ ഉറക്കെ പാടി. മാലതി ടീച്ചറെക്കൊണ്ടാണ്. പച്ചപ്പുള്ളികൾ നിറഞ്ഞ സാരി ദൂരെ നിന്നുനോക്കുമ്പോൾ പച്ചനിറത്തിലുള്ളതാണെന്നേ തോന്നൂ. കുട്ടികളെക്കൊണ്ടു പറയുന്നതുപോലെ ടീച്ചറെ കൊണ്ടുപറയാനുമുള്ള സ്വാതന്ത്ര്യവും മാലതിടീച്ചറുടെ ക്ലാസിലുണ്ട്. എന്നുവെച്ച് എന്തും വിളിച്ചു പറയാനൊന്നും സാധിക്കില്ല. അങ്ങനെയാരും ചെയ്തിട്ടില്ല. ചെയ്യാൻ തോന്നുകയുമില്ല.

"ടീച്ചറെ ബിജുവിന്റെ കാല് മുറിഞ്ഞു.."

സുനിൽ എഴുന്നേറ്റുനിന്ന് ഉറക്കെ പറഞ്ഞു.

"എങ്ങനെയാണ് ബിജു? എവിടുന്നാ? വലുതായിട്ടുണ്ടോ?"

ടീച്ചർ ബിജുവിന്റെ അടുത്തേക്ക് ഓടിവന്നു.

"കാണിച്ചാട്ടെ ബിജു.."

ബിജുവിന് ചിരി വന്നു. ടീച്ചർ പരിഭ്രമിച്ചു പോയി.

കുട്ടികൾ ഓടി ബിജുവിന്റെ ചുറ്റും കൂടി.

ടീച്ചറുടെ ചോദ്യങ്ങൾക്ക് സുനിൽ തന്നെ മറുപടി പറയാനൊരുങ്ങി.

"അതില്ലേ... ടീച്ചറേ.."

"വക്കീലവിടെ ഇരിക്ക്. ബിജു പറയട്ടെ."

കുട്ടികൾ ചിരിച്ചു. സുനിലിനും ചിരി വന്നു. തമാശയ്ക്കുള്ള ഒരവസരം കിട്ടിയതിൽ സുനിലിനു സന്തോഷമാണുണ്ടായത്.

ടീച്ചറുടെ കോടി സാരിക്ക് നല്ല മണം. എല്ലാവരും മണം ആസ്വദിച്ചു.

"ഇപ്പം മുറിഞ്ഞതല്ല ടീച്ചറേ. കുറേ ദിവസമായി. ഒരുവിധം ഉണങ്ങി."

"സുനീ.. പറയുമ്പോ ശരിക്കും പറയണം. ഞാൻ വിചാരിച്ചു ഇപ്പോഴാണെന്ന്. തുറന്ന ദിവസം രാവിലെതന്നെ... ഞാൻ പേടിച്ചുപോയി."

ബിജു കാര്യം വിശദമായി പറഞ്ഞു. ടീച്ചർക്കു സമാധാനമായി.

"ശരിക്ക് ഉണങ്ങുന്നതുവരെ ശ്രദ്ധിക്കണം."

ടീച്ചർ മേശയുടെ അടുത്തേക്കു പോയി.

"ങ്ഹാ.. ഇനി ഓണക്കാലത്തു വിശേഷങ്ങൾ പറഞ്ഞോളൂ.."

കുട്ടികൾ വിവിധങ്ങളായ അനുഭവങ്ങൾ പറഞ്ഞു. യാത്രകൾ പോയത് യാത്രാവിവരണങ്ങൾപോലെ തന്നെ അവതരിപ്പിച്ചവരുണ്ട്.

അച്ഛന്റെ പണം വീണുപോയതും ചങ്ങാതിമാർക്ക് കിട്ടിയതും അവരതു തിരിച്ചേല്പിച്ചതുമാണ് ബിജു പറഞ്ഞത്.

"ഞങ്ങൾക്കതിന് ബിജുവിന്റെ അച്ഛൻ സമ്മാനങ്ങൾ തന്നു. ആ സമ്മാനം കിട്ടിയ കുപ്പായമാ ഞങ്ങളെല്ലാം ഇന്നിട്ടത്."

ബിന്ദു വിശദമാക്കി.

ടീച്ചർ അവരെ അഭിനന്ദിച്ചു.

"നിങ്ങൾ ചെയ്തത് വളരെ നല്ല കാര്യമാണ്. നിങ്ങൾക്കിങ്ങനെ ചെയ്യാൻ തോന്നിയതിനെ എത്ര അഭിനന്ദിച്ചാലും മതിയാവില്ല. ഇങ്ങനെയുള്ള കാര്യങ്ങൾ കേൾക്കുമ്പോൾ അദ്ധ്യാപകർക്ക് സന്തോഷം മാത്രമല്ല അഭിമാനവും തോന്നുന്നു. ഞാനിക്കാര്യം ഹെഡ്മാസ്റ്ററെ അറിയിക്കും. അസംബ്ലിയിൽ ഇത് പറയേണ്ടതാണ്. നാട്ടുകാരെയും ഇതറിയിക്കണം. നമ്മുടെ രാഷ്ട്രപിതാവായ മഹാത്മജിയും ഇതുപോലെയായിരുന്നു. വിദ്യാർത്ഥിയായിരിക്കുമ്പോൾത്തന്നെ കളവ് പറയാനോ കളവു ചെയ്യാനോ ഇഷ്ടപ്പെടാത്ത ആളായിരുന്നു അദ്ദേഹം. ഇതിപ്പോ നിങ്ങളുടെ കൈയിൽ കിട്ടിയ പണമാണ് അതിന്റെ ഉടമയ്ക്ക് എത്തിച്ചുകൊടുത്തത്. നിങ്ങൾക്ക് എന്റെ വകയും ഒരു സമ്മാനമുണ്ട്."

ക്ലാസിലെ മുഴുവൻ കുട്ടികളും ഹർഷാരവത്തോടെയാണ് ടീച്ചറുടെ വാക്കുകൾ ശ്രവിച്ചത്.

പത്ത്

മുരളീധരൻ മാഷ് ക്ലാസിൽ വന്നാൽ ആദ്യം നിലമൊക്കെ പരിശോധിക്കും. എവിടെയെങ്കിലും കടലാസു കണ്ടാൽ മതി അടുത്ത് ഏതെങ്കിലും കുട്ടിയുണ്ടോ എന്നു നോക്കും. ആദ്യം കണ്ട കുട്ടിയോടാണു പറയുക.

"ഏയ് മിനീ... ഇങ്ങോട്ടുവാ. കണ്ടോ കടലാസുകഷണം.. എടുത്തു കൊണ്ടുപോയി വേസ്റ്റ് ബാസ്കറ്റിലിടൂ."

മാഷ് പറഞ്ഞാൽ അതു ചെയ്യാതിരിക്കാൻ പറ്റില്ല. കേൾക്കാത്ത ഭാവത്തിലൊന്നും പോകാനും കഴിയില്ല. കൃത്യമായി ആളെ വിളിച്ച് അടുത്തു വന്നാലാണു പറയുക.

അതിനു ശേഷം കുട്ടികളുടെ കൈകാലുകൾ നോക്കും.

"കുട്ടികളേ നമ്മൾ കഴിയുന്നത്ര വ്യക്തിശുചിത്വം പാലിക്കണം. കഴിയുന്നത്ര എന്നേ ഞാൻ പറയുന്നുള്ളൂ. ശ്രമിക്കണം എന്നത് നിർബ്ബന്ധമാണ്. ക്ലാസിൽ വരുന്നതിനുമുമ്പ് കൈകാലുകൾ വൃത്തിയാക്കണം. അത് ക്ലാസിൽ മാത്രമല്ല. വീട്ടിലും അങ്ങനെയായിരിക്കണം."

മണ്ണിൽ കളിക്കാനും മുരളീധരൻ മാഷ് പ്രോത്സാഹിപ്പിക്കും. പക്ഷേ, അതുകഴിഞ്ഞാൽ വൃത്തിയായി വരണമെന്നേയുള്ളൂ.

കുട്ടികളോടു മാത്രമല്ല വലിയവരോടും മുരളീധരൻ മാഷ്

ഇക്കാര്യം പറഞ്ഞുകൊണ്ടേയിരിക്കും. മാഷ് വൃത്തിയുടെ ഒരു മാതൃകയാണ്. പരുത്തിത്തുണികൊണ്ടുള്ള വസ്ത്രങ്ങൾ മാത്രമേ മാഷ് ഉപയോഗിക്കാറുള്ളൂ. കീറലുണ്ടോ എന്നുള്ളതല്ല. വൃത്തിയുണ്ടോ എന്നതാണ് മാഷുടെ നോട്ടം.

ബിജുവിന്റെ കാലിലെ കെട്ട് മാഷ് കണ്ടു.

“എന്താ ബിജു കാലിലൊരു കെട്ട്?”

ബിജുവിനോട് ചോദിച്ചാൽ ബിജു ഉത്തരം പറഞ്ഞാൽ മതി. അതാണ് മുരളീധരൻ മാഷുടെ രീതി. വേറാരും വിശദീകരണത്തിനു മുതിർന്നില്ല. ബിജു തന്നെ പറഞ്ഞുകൊടുത്തു.

“ഇതൊന്നും സാരമില്ല. ചെറിയ മുറിവല്ലേ. എന്നാലും മുഖത്തൊരു വിളർച്ചയുണ്ടല്ലോ. രണ്ടാഴ്ച കൊണ്ട് ശരിയാവേണ്ടതേയുള്ളൂ.”

എന്തെങ്കിലും ഒരവസരമുണ്ടായാൽ അതുമായി ബന്ധപ്പെട്ട കാര്യങ്ങൾ പഠിപ്പിച്ചിട്ടേ മുരളീധരൻമാഷ് പുസ്തകത്തിലേക്ക് കടക്കുകയുള്ളൂ.

കുട്ടികൾക്ക് മുറിവോ മറ്റു പരിക്കുകളോ പറ്റിയാൽ പ്രഥമ ശുശ്രൂഷ ചെയ്യുന്നത് മുരളീധരൻ മാഷാണ്. ആർക്ക് അപകടം പിണഞ്ഞാലും മാഷെ വിളിക്കുകയോ മാഷുടെ അടുത്തു എത്തിക്കുകയോ ആണ് ആദ്യം ചെയ്യുക. മാഷുടെ മുന്നിൽ എല്ലാവരും വളരെ അനുസരണയോടെയേ പെരുമാറുകയുള്ളൂ. എന്നാൽ അപകടം സംഭവിച്ച കുട്ടിയോട് ഒരിക്കലും പേടിപ്പിക്കുന്ന രീതിയിൽ മാഷ് ഒന്നും പറയുക പോലുമില്ല. മാഷുടെ അടുത്തെത്തിയാൽ കുട്ടികൾക്കും അദ്ധ്യാപകർക്കും ഒരു സമാധാനമാണ്.

“ആരോഗ്യമുണ്ടെങ്കിലേ ജീവിതം സന്തോഷപൂർണ്ണമാകൂ. അതിന് നമ്മുടെ ഭാഗത്തുനിന്നും ഒരു ശ്രമം വേണം.”

കിട്ടുന്ന അവസരങ്ങളിലെല്ലാം മാഷ് ഇതൊരു മുദ്രാവാക്യം പോലെ പറയും. ബിജുവിന്റെ മുറിവിനെപ്പറ്റി പറഞ്ഞുതുടങ്ങിയതുതന്നെ ഈ വാക്യത്തോടെയാണ്.

“ബിജുവിന് ചെറിയ മുറിവേ പറ്റിയുള്ളൂ. അങ്ങനെ പറയുമ്പോൾ വലിയ മുറിവ് പറ്റേണ്ടതായിരുന്നു, എന്നല്ല. മുറിവേ

പറ്റാതിരിക്കാൻ നമ്മൾക്കാവുന്നത്ര നമ്മൾ ശ്രദ്ധിക്കണം. മുറിവ് ചെറുതായാലും ശ്രദ്ധിച്ചില്ലെങ്കിൽ ധാരാളം രക്തം വാർന്നുപോകും. ശരീരത്തിൽനിന്നും അമിതമായി രക്തം വാർന്നുപോയാൽ മരണം വരെ സംഭവിക്കാം. മിക്ക അപകട മരണങ്ങളും രക്തം വാർന്നുപോയിട്ടാണ് സംഭവിക്കുന്നത്. പിന്നെ രക്തം നഷ്ടപ്പെടുമ്പോൾ ശരീരത്തിന് വിളർച്ച സംഭവിക്കുകയും ചെയ്യും."

മുരളീധരൻ മാഷ് ഒന്നു നിർത്തി. കുട്ടികളുടെയെല്ലാം കണ്ണ് ബിജുവിന്റെ നേരെയായിരുന്നു.

"ഇല്ല. ബിജുവിന്റെ കാര്യത്തിൽ പേടിക്കേണ്ടതില്ല. അവന് അല്പം ക്ഷീണം ഉണ്ടെന്നേയുള്ളൂ. കുറച്ചുദിവസങ്ങൾ കൊണ്ട് അതുമാറിക്കൊള്ളും."

കുട്ടികളെ സമാധാനിപ്പിക്കുംവിധം മാഷ് പറഞ്ഞു. കുട്ടികൾ അറിഞ്ഞിരിക്കേണ്ട കാര്യമായതുകൊണ്ട് ഒന്നുകൂടി വിശദീകരിക്കേണ്ടതാണെന്നു തോന്നി.

"ആരുടെയൊക്കെ ശരീരത്തിലാണ് രക്തമുള്ളത്?"

"എല്ലാവരുടെയും"

കുട്ടികൾ ഒരുമിച്ച് വിളിച്ചു പറഞ്ഞു.

"രക്തത്തിന്റെ നിറമെന്താണ്?"

"ചുകപ്പ്."

കുട്ടികളുടെ ശബ്ദം കൂടുതൽ ഉച്ചത്തിലായി.

"ശരി. നിറം ചുകപ്പാണെങ്കിലും വെറും ചുകന്ന ഒരു ദ്രാവകം മാത്രമല്ല രക്തം. അത് പല ഘടകങ്ങളും ചേർന്നതാണ്. രക്തത്തിന്റെ പ്രധാന അംശം പ്ലാസ്മയാണ്. രക്തത്തിൽ ഏതാണ്ട് ഏഴ് ശതമാനം പ്രോട്ടീനുകൾ അലിഞ്ഞു ചേർന്നതാണ് പ്ലാസ്മ."

കുട്ടികൾ കണ്ണും കാതും മുരളീധരൻ മാഷുടെ നേർക്കാക്കി ശ്രദ്ധിച്ചിരുന്നു. മാഷ് രക്തത്തെക്കുറിച്ചുള്ള വിശദീകരണം തുടർന്നു. ആൽബുമിൻ, ഗ്ലോബുലിൻ, ഫൈബ്രിനോജൻ എന്നീ പേരുകളുള്ള പ്രോട്ടീനുകൾ പ്ലാസ്മയിൽ അടങ്ങിയിട്ടുണ്ട്. ചുവന്ന രക്താണുക്കളും വെളുത്ത രക്താണുക്കളുമുണ്ട് രക്തത്തിൽ. ശരീരത്തിൽ പ്രവേശിക്കുന്ന രോഗാണുക്കളോട്

പൊരുതി ശരീരത്തെ രോഗങ്ങളിൽനിന്നും രക്ഷിക്കുന്നത് ചുവന്ന രക്താണുക്കളാണ്. മനുഷ്യ ശരീരത്തിൽ ശരാശരി അഞ്ചുലിറ്റർ രക്തമാണുള്ളത്. ഒരാളുടെ ശരീരഭാരത്തിന്റെ എട്ടു ശതമാനം രക്തമാണ്. പോഷകങ്ങൾ ശരീരഭാഗങ്ങളിലെത്തിക്കുന്നതു പോലെ വിസർജ്ജ്യങ്ങൾക്കുള്ള പ്രവർത്തനവും രക്തം ചെയ്യുന്നു. ഇത്രയൊക്കെ കേട്ടപ്പോൾ നിങ്ങളെന്താ അന്തം വിട്ടു നില്ക്കുന്നത്? ഒരുപാട് കാര്യങ്ങൾ ഇനിയും പറയാനുണ്ട്."

പുതിയ വിവരങ്ങൾ കേട്ട് കുട്ടികൾ ശ്രദ്ധിച്ചിരിക്കുകയാണ്. പലസ്ഥലത്തുനിന്നും എന്തൊക്കെയോ കേട്ടിട്ടുണ്ട്. എന്നാൽ മുരുളീധരൻ മാഷ് പറയുമ്പോൾ അത് വിശ്വസനീയമാകുന്നു.

"രക്തത്തിന്റെ പ്രത്യേകതകളനുസരിച്ച് വിവിധ ഗ്രൂപ്പുകൾ ആക്കി തിരിച്ചിട്ടുണ്ട്. A^+, A^-, B^+, B^-, O^+, O^-, AB^+, AB^- ഇവയല്ലാതെ വേറെയും ഗ്രൂപ്പുകളുണ്ട്. തല്ക്കാലം ഇത്രയും അറിഞ്ഞാൽ മതി."

"രക്തം കൊടുക്കുന്നതിനെപ്പറ്റി കൂടി പറയൂ മാഷേ.."

"ഓ, നിങ്ങൾ അതുകേട്ടിട്ടുണ്ട്. അല്ലേ? ഏതുകാരണം കൊണ്ടായാലും ഒരാളുടെ ശരീരത്തിൽ രക്തം വളരെയധികം കുറഞ്ഞാൽ പെട്ടെന്ന് രക്തം കുത്തിവെക്കേണ്ടിവരും. ഒരേ ഗ്രൂപ്പിൽ പെട്ട രക്തമേ കൊടുക്കാൻ പാടുള്ളൂ. അതിന് പല പരിശോധനകളും നടത്തേണ്ടതായിട്ടുണ്ട്. ചേർച്ചയുണ്ട് എന്നു ബോദ്ധ്യമായ രക്തം മാത്രമേ കുത്തിവെക്കുകയുള്ളൂ."

"ഇതൊക്കെ മനസ്സിലാക്കാൻ വലിയ ബുദ്ധിമുട്ടാണല്ലോ."

രജിത്തിന്റെ അഭിപ്രായം കേട്ട് കുട്ടികൾ ചിരിച്ചു.

"ശരിയാണ്. പക്ഷേ, അറിഞ്ഞിരിക്കേണ്ടതാണ്. വിഷമമുള്ളതൊന്നും പഠിക്കേണ്ട എന്നാണോ രജിത്തേ? ഉയർന്ന ക്ലാസുകളിലെത്തുമ്പോൾ കാര്യങ്ങൾ വേഗത്തിൽ മനസ്സിലാക്കാൻ കഴിയും. എന്തായാലും രക്തത്തെപ്പറ്റി അറിയണം. രക്തമില്ലാതെ മനുഷ്യനുണ്ടോ?"

"അറിയണം. എന്നാലും കുറച്ച് കടുപ്പമുള്ള കാര്യമാ... അതുകൊണ്ട്.."

രജിത്ത് വിഷമം അറിയിച്ചു

"നിങ്ങൾ വിചാരിക്കുന്നതുപോലെ അത്ര വിഷമമൊന്നുമില്ല. അല്പം ശ്രദ്ധിച്ചാൽ മതി. രക്തത്തിൽ ചുവന്ന രക്താണുക്കളാണ് കൂടുതൽ, വെളുത്ത രക്താണുക്കൾ കുറച്ചേ ഉള്ളൂ. ചുവന്ന രക്താണുക്കളുടെ അളവു കുറയുമ്പോഴാണു വിളർച്ച ഉണ്ടാവുക. അനീമിയ എന്ന് ഇംഗ്ലീഷിൽ പറയം."

"ബിജുവിന് വിളർച്ച ഉണ്ടാകുമോ?"

ബിന്ദു സംശയം ഉന്നയിച്ചു.

"നിങ്ങളെന്തിനാ ബിജുവിനെ പേടിപ്പിക്കുന്നത്? ബിജുവിനുള്ള രോഗത്തെപ്പറ്റിയല്ലല്ലോ പറഞ്ഞത്. ബിജു പേടിക്കേണ്ട. വിളർച്ച ഒരു രോഗമായിട്ടൊന്നുമില്ല ബിജുവിന് എന്ന് ഞാൻ ആദ്യമേ പറഞ്ഞതല്ലേ?"

"ഈ ബിന്ദു എപ്പോഴും ഇങ്ങനെയാ.. ആവശ്യമില്ലാത്ത സംശയമാ അവൾക്ക്."

സുനിൽ ബിന്ദുവിനെ കുറ്റപ്പെടുത്തി.

"അങ്ങനെ കുറ്റം പറയ്യൊന്നും വേണ്ട സുനീ. എന്റെ ചങ്ങാതിക്ക് എന്തെങ്കിലും വിഷമം പറ്റുമോ എന്ന പേടികൊണ്ടല്ലേ... ചങ്ങാതിയായാൽ അങ്ങനെയാ വേണ്ടത്."

അതിനിടയിൽ മാഷൊരു പഴഞ്ചൊല്ല് പറഞ്ഞു:

"ചങ്ങാതി നന്നെങ്കിൽ കണ്ണാടി വേണ്ട."

ബിനോജ് അത് ആവർത്തിച്ചു പറഞ്ഞു.

"വിളർച്ച ഒരു രോഗമായും വരാം. രക്തം നഷ്ടപ്പെട്ടാൽ മാത്രമല്ല. ആവശ്യമായ പോഷകാഹാരം ശരീരത്തിനു ലഭിക്കാതിരുന്നാലും വിളർച്ച രോഗം ബാധിക്കും. എന്നാൽ ചികിത്സ കൊണ്ട് രോഗം ഭേദമാക്കാൻ കഴിയും."

"രക്തം ദാനം ചെയ്താൽ വിളർച്ച ഉണ്ടാകുമോ?"

മാഷ് പറഞ്ഞു നിർത്തിയപ്പോൾ അപ്പു ചോദിച്ചു.

"നിങ്ങൾ ഭയങ്കര പേടിത്തൊണ്ടന്മാരാ? സംശയം നല്ലതാ. പേടിക്കാതെ ചോദിക്കണം."

മുരളീധരൻ മാഷ് തമാശയായി പറഞ്ഞു. എന്നിട്ട് സംശയത്തിനു മറുപടി കൊടുത്തു.

"കുറച്ചു രക്തം നഷ്ടപ്പെട്ടതുകൊണ്ട് ഒരു തകരാറുമില്ലെന്നു

മനസ്സിലായില്ലേ... രക്തം ദാനം ചെയ്യുന്നത് നല്ലതാണ്. ആരോഗ്യമുള്ള ഒരാൾ രക്തം ദാനം ചെയ്താൽ വൈകാതെ തന്നെ അത്രയും രക്തം ശരീരം പുതുതായി ഉണ്ടാക്കും. ശരീരത്തിന്റെ പ്രവർത്തനത്തിന് ഇത് നല്ലതാണ്. രക്തം ദാനം ചെയ്യുമ്പോൾ കിട്ടുന്നത്ര രക്തം എടുക്കുകയല്ല ചെയ്യുന്നത്. ശാരീരികമായ കഴിവു നോക്കിയേ എടുക്കൂ. സാധാരണ മുന്നൂറ്റി അൻപത് മില്ലി ലിറ്റർ രക്തം മാത്രമാണ് എടുക്കുക. നാല്പത്തെട്ടുമണിക്കൂറിനുള്ളിൽ അത്രയും രക്തം ശരീരത്തിലുണ്ടാവും. ആറുമാസത്തിനു ശേഷം വീണ്ടും രക്തം ദാനം ചെയ്യാവുന്നതാണ്. ഇതൊക്കെ നിങ്ങൾ അറിഞ്ഞാൽ പോരാ. മറ്റുള്ളവരോട് പറയുകയും വേണം."

"ഇപ്പോ ധൈര്യമായി. പതിനെട്ടു വയസ്സുകഴിഞ്ഞാൽ ഞാനും രക്തദാനംചെയ്യും. തീർച്ച."

ബിനുവിന്റെ വാക്കുകളെ കൈയടിച്ച് എല്ലാവരും സ്വാഗതം ചെയ്തു.

പതിനൊന്ന്

ഡോക്ടർ പറഞ്ഞ കാര്യങ്ങൾ ഓർമ്മിച്ചപ്പോൾ ബിജുവിന് വല്ലാത്ത വിഷമം തോന്നി.

"ശരീരത്തിൽ ഇരുമ്പിന്റെ അംശം കുറവാണ്. ചുവപ്പു രക്താണുക്കളുടെ ഉല്പാദനത്തെ സഹായിക്കാൻ ഇരുമ്പിന്റെ അംശം ആവശ്യത്തിനു വേണം. അതിനാണ് പോഷകാംശമുള്ള ഭക്ഷണം കഴിക്കുന്നത്. നമ്മളെപ്പോലുള്ളവർക്കൊക്കെ ഭക്ഷണത്തിന് ഒരു ക്ഷാമവുമില്ല.

പാവപ്പെട്ടവരുടെ കാര്യം കഷ്ടമാണ്. എന്തെങ്കിലുമൊക്കെ വയറു നിറയെ കഴിക്കുമെന്നേയുള്ളൂ. വിശപ്പടക്കാൻ തന്നെ ആഹാരം കിട്ടാത്തവരുണ്ട്. അവരെ സഹായിക്കാൻ ആരാണുള്ളത്.. അനീമിയ ബാധിച്ചവർക്കുതന്നെ ചികിത്സ കിട്ടുന്നില്ല."

ഇതൊക്കെ ഓർത്തുകൊണ്ടാണ് ബിനുവിന്റെ വീട്ടിലേക്ക് ബിജു നടന്നത്. വഴിയിൽ ഒരു വൃദ്ധനെ കണ്ടു. ശരീരമാസകലം വ്രണങ്ങൾ. ആകെ വികൃതമായിരിക്കുന്നു. അറപ്പു തോന്നും കണ്ടാൽ.

വിറച്ചുവിറച്ചാണ് അയാൾ നടക്കുന്നത്. ബിജുവിന്റെ മനസ്സിൽ അയാളോട് സഹതാപമാണ് തോന്നിയത്. എങ്ങനെയെങ്കിലും അയാളെ സഹായിക്കാൻ കഴിയുമോയെന്നുള്ള ചിന്തയുണർന്നു. ഒന്നും ചെയ്യുവാൻ തോന്നിയില്ല. അടുത്തേക്കു ചെല്ലു

വാൻ പേടിയുമുണ്ട്.

ആ വഴിയിൽനിന്നു നേരെ നോക്കിയാൽ കാണുന്ന വീട് ശിശന്റേതാണ്. ബിജുവിന്റെ സ്കൂളിൽത്തന്നെയാണ് ശിശൻ പഠിക്കുന്നത്. അവന്റേത് വീടെന്നു പറഞ്ഞുകൂടാ. ഓലകൊണ്ട് മറച്ചുണ്ടാക്കിയ ഒറ്റ മുറി. ഒരു കുടുംബത്തിന് ഒരു വീട്ടിൽ വേണ്ട എല്ലാ സൗകര്യങ്ങളും ആ ഒറ്റ മുറിയിൽത്തന്നെയാണ്. നിലം മണ്ണുകൊണ്ട് മെഴുകിയിട്ടുണ്ട്. മുകളിലത്തെ ജീർണ്ണിച്ച ഓലകൾക്കിടയിലൂടെ സൂര്യവെളിച്ചവും നിലാവും അകത്ത് നൃത്തം ചെയ്യും.

ഉന്തിയ വയറാണ് ശിശന്. ആഴത്തിലാണ് കണ്ണുകൾ. എല്ലാം കൂടിയ ഒരു പ്രത്യേക മനുഷ്യരൂപം. ഒരിക്കലും അവന്റെ മുഖം ഉറക്കം തെളിഞ്ഞതായി കണ്ടിട്ടില്ല. മുഖത്തും ദേഹത്തുമൊക്കെ ഒരു വല്ലാത്ത മഞ്ഞനിറമാണവന്.

അവന്റെ വീടിനടുത്തു കൂടെ പോകുമ്പോൾ കുട്ടികളുടെ നിലവിളി കേൾക്കാം. അവന്റെ അനിയനും അനിയത്തിയുമാണ്. ഉറക്കെയാണ് കരയുന്നതെങ്കിലും ശബ്ദം അവശമാണെന്നു മനസ്സിലാകും. അവരുടെ സംഭാഷണത്തിൽനിന്നും അറിയാം വിശന്നിട്ടാണ് കുട്ടികൾ കരയുന്നതെന്ന്.

ശിശൻ ചിരിക്കുന്നതുപോലും അപൂർവ്വമാണ്. വല്ലപ്പോഴും ചിരിക്കും. അതു കാണുമ്പോൾ കരയുന്നതാണെന്നേ തോന്നൂ.

നല്ല ഉടുപ്പില്ല. ചെരിപ്പില്ല. കുളിക്കുന്നത് അപൂർവ്വം. ഇല്ലായ്മകളെല്ലാം ഉള്ളവനാണ് ശിശൻ.

'ശിശന് വിളർച്ച രോഗമാണ്.'

ബിജു മനസ്സിൽ പറഞ്ഞു.

സ്കൂളിൽനിന്നു കിട്ടുന്ന ഉച്ചഭക്ഷണമാണ് ശിശന്റെ പ്രധാന ആഹാരം. അത് ആർത്തിയോടെയാണ് വാരിത്തിന്നുക. ശിശന്റെ ദയനീയമായ മുഖം ബിജുവിന്റെ മനസ്സിൽ തെളിഞ്ഞുനിന്നു.

ശിശന്റെ ദുരിതങ്ങൾ ഒഴിവാക്കണം. അതിനുള്ള വഴി കണ്ടുപിടിക്കണം. പെട്ടെന്ന് ഒന്നും തോന്നുന്നില്ല. ചങ്ങാതിമാരുമായി സംസാരിച്ചാൽ ഒരു വഴി തെളിയുമായിരിക്കും.

ശിശൻ എപ്പോഴും എവിടെയെങ്കിലും ചടഞ്ഞു കുടിയിരി

ക്കുന്നതാണ് കാണുക. ആരോടും കൂട്ടുകൂടുകയില്ല. ഒന്നിനും ഉന്മേഷമില്ലാതെയിരിക്കുന്ന ശിശനെ ആരും വിളിക്കുകയില്ല.

അവന്റെ ആരോഗ്യപ്രശ്നമാണ് അവനെ ഇങ്ങനെയാക്കിയതെന്ന് ആരും ആലോചിക്കാറില്ല. അവനെയും കളികളിൽ കൂട്ടാൻ ശ്രമിക്കണമെന്ന് ബിജു തീരുമാനിച്ചു. വെറുതെ വിചാരിക്കുകയല്ല പ്രാവർത്തികമാക്കണം.

ബിനുവിനെ കണ്ടപ്പോൾ ബിജു ഇക്കാര്യം പറഞ്ഞു.

“ആ ശിശന്റെ കാര്യം കഷ്ടമാണ്. ഇതുവരെ ഞാനത് ആലോചിച്ചിരുന്നില്ല. ഒരു കുട്ടി. ഒരു കുടുംബം. അവരങ്ങനെ കഴിയുന്നു. ഒന്നും ആലോചിച്ചതേയില്ല.”

“ശരിയാണ്. നീ ഇപ്പോ പറഞ്ഞപ്പോഴാ ഞാനും ആലോചി

ക്കുന്നത്. നമ്മുടെ അടുത്തുള്ള ഒരു കുട്ടിയായിട്ടും വളരെ പാവപ്പെട്ട കുടുംബത്തിലെയായിട്ടും നമ്മൾ അവനെപ്പറ്റിയോ അവന്റെ വിഷമങ്ങളെപ്പറ്റിയോ ഒന്നും ആലോചിച്ചില്ല."

"അവൻ ആരുടെ അടുത്തും വരില്ല. അവന്റെ അടുത്തേക്കാരും ചെല്ലുകയുമില്ല. ഒറ്റയ്ക്കിരുന്ന് സമയം കളയും. അവന്റെ തകരാറല്ല അത്. അവന്റെ രോഗത്തിന്റെയാ."

"അതുതന്നെയാവും. നമ്മൾക്ക് എന്തു ചെയ്യാൻ കഴിയുമെന്നാ നീ വിചാരിക്കുന്നത്?"

"അവനു വേണ്ടത് കിട്ടേണ്ടേ?"

"അതു നമ്മക്കറിയോ?"

"അറിയണം."

"എങ്ങനെ?"

"ശിശനോട് നമ്മൾ അടുക്കണം."

"എന്നിട്ട്?"

"അവനെ കളികൾക്കു കൂട്ടാം."

"അവൻ വന്നില്ലെങ്കിലോ?"

"അതിനവൻ കാരണം പറയുമല്ലോ."

"ഉം. എന്നിട്ട്?"

"അനീമിയയാണ് അവന്റെ ഒരു രോഗം."

"മുരളീധരൻ മാഷ് പറഞ്ഞതുവെച്ചു നോക്കുമ്പോൾ നീ പറഞ്ഞതുപോലെ തന്നെയായിരിക്കും."

"അതിനെന്താ പരിഹാരമെന്നാ ആലോചിക്കേണ്ടത്."

"അതെ."

"നീയെന്തെങ്കിലും വഴി പറയൂ."

"ഭക്ഷണമാണല്ലോ പ്രധാന പ്രശ്നം."

"ശിശന്റെ വീട്ടിൽ എല്ലാ ദിവസവും ഭക്ഷണമെത്തിക്കാൻ നമുക്കു കഴിയുമോ?"

"എന്തെങ്കിലും സഹായം ചെയ്യണം."

"സ്ഥിരമായിട്ടുവേണ്ടേ?"

"നമ്മളാലാവുന്നത് ചെയ്യാം."

"അതുപോരാ."

"പിന്നെ?"

"നമ്മൾക്ക് വലിയ ആരോടെങ്കിലും പറയാം."

"ങ്ഹാ... നീ പറഞ്ഞതാ കാര്യം."

"എന്നാൽ പിന്നെ മുരളീധരൻ മാഷോടു പറയാം."

"ശരി. നമ്മളെ കൂട്ടുകാരേം അറിയിക്കാം."

"അതുവേണം. അല്ലെങ്കിൽ നമ്മൾ എല്ലാം അന്യോന്യം പറയാതിരിക്കൂല്ലാലോ."

അവർ മാഷെക്കണ്ടു വിവരം പറഞ്ഞു. കൂട്ടുകാർ അതിനു മുന്നേ തീരുമാനമെടുത്തിരുന്നു, സഹായിക്കാൻ. ശിശനെ ഒപ്പം കൂട്ടി നടക്കുക, ഉച്ചഭക്ഷണത്തിന് ഓരോദിവസം ഓരോരുത്തരായി എന്തെങ്കിലും കൊണ്ടുകൊടുക്കുക, കളികളിൽ പങ്കെടുപ്പിക്കുക, എന്നിവ അവർ നടപ്പിലാക്കുകയും ചെയ്തു.

കുട്ടികളുടെ പ്രവർത്തനങ്ങൾ അത്യധികം ആവേശത്തോടെയാണ് മാഷ് മറ്റുള്ളവരോട് പറഞ്ഞത്. പിന്നെ എല്ലാവരും കൂടിയാലോചിച്ചു. ശിശന്റെ കുടുംബത്തെ സഹായിക്കുവാനുള്ള പദ്ധതി തന്നെ അവർ തയ്യാറാക്കി.

പന്ത്രണ്ട്

കാവിലെ ഉത്സവം ഗംഭീരമാക്കണമെന്ന് ഗ്രാമത്തിലെ എല്ലാവരും ആഗ്രഹിക്കുന്നതാണ്. ഗ്രാമത്തിലുള്ള എല്ലാവരും പങ്കെടുക്കുന്ന ഒരു പൊതുപരിപാടിയാണ് കാവിലെ ഉത്സവം. ബന്ധുക്കളെയും സുഹൃത്തുക്കളെയും ഓരോ വീട്ടുകാരും ക്ഷണിക്കും.

ഏതു വീട്ടിലും ഏതൊരാൾക്കും കയറിച്ചെല്ലാവുന്ന അവസരമാണ് ഉത്സവകാലം. ഉത്സവം രണ്ടുദിവസമാണെങ്കിലും ഒരാഴ്ച മുന്നേ ആളുകൾ വീടുകളിലും കാവിലും സന്ദർശിക്കും.

വീട്ടിൽ വരുന്നവർക്കൊക്കെ മലരും പഴവും ചായയും കൊടുത്ത് സൽക്കരിക്കും, നെല്ല് വറുത്ത് മലരാക്കുകയും പഴങ്ങൾ ശേഖരിച്ച് വയ്ക്കുകയും ചെയ്യും. മലരും പഴവും പഞ്ചസാരയും കൂട്ടിക്കുഴച്ചാണ് ഭക്ഷിക്കുക. ചായയും ഉണ്ടാകും.

സൗഹൃദങ്ങൾ പുതുക്കുവാനും സന്തോഷം പങ്കിടാനും വേണ്ടി ആളുകൾ പല വീടുകളിൽ കയറി സൽക്കാരം സ്വീകരിക്കും. വരുന്നവർക്കും വീട്ടുകാർക്കും സന്തോഷമുള്ള കാര്യമാണത്.

ഒരുമാസം മുന്നേ കാവിൽ സഭ കൂടി. തീയതി നിശ്ചയിക്കുകയാണ് ആദ്യം ചെയ്യുക. പരിപാടികൾ എന്തൊക്കെ വേണമെന്ന് ചർച്ച ചെയ്തു. പലപല അഭിപ്രായങ്ങൾ ഉയർന്നുവന്നു. എല്ലാം രേഖപ്പെടുത്തിവെച്ചു. നിർദ്ദേശങ്ങൾ പരിഗണിച്ച് പരി

പാടികൾ തീർച്ചപ്പെടുത്തുവാൻ വേണ്ടി പ്രത്യേക സമിതിയെ അധികാരപ്പെടുത്തി.

വളരെക്കാലമായി നാട്ടിലില്ലാതിരുന്ന പ്രൊഫസർ ദിലീപ് ഉത്സവ സമയത്ത് വരുമെന്ന് പപ്പൻ മാഷ് അറിഞ്ഞിരുന്നു. പ്രശസ്തനായ പക്ഷി ശാസ്ത്രജ്ഞനാണ് പ്രൊഫസർ ദിലീപ്. പപ്പൻ മാഷുടെ അടുത്ത സുഹൃത്തുമാണ് അദ്ദേഹം.

പ്രൊഫസർ വന്നതിന്റെ അടുത്ത ദിവസം തന്നെ പപ്പൻ മാഷ് അദ്ദേഹത്തെ പോയി കണ്ടു.

"ദിലീപ് ഒരുപകാരം ചെയ്യണം."

"എന്താ പുതിയൊരു സംസാരം?"

"നമ്മുടെ കാവിൽ ധാരാളം പക്ഷികളുണ്ട്."

"ഉം. അതിന്റെയൊരു പഠനം ആവശ്യമുണ്ട്."

"ഞാനും അതുതന്നെയാ പറയാൻ വിചാരിച്ചത്."

"അതിനു തയ്യാറായാണ് ഇപ്പോൾ ഞാൻ ഇങ്ങോട്ടു വന്നത്."

"ഇവിടെയുള്ള പക്ഷികളെക്കുറിച്ച് പഠനം നടത്തിയാൽ മാത്രം പോരാ."

"വളരെ അപൂർവ്വമായി മാത്രം കാണപ്പെടുന്ന ചില പക്ഷികളില്ലേ ഇവിടെ?"

"ഉണ്ട്."

"അതേപോലുള്ള കാലാവസ്ഥയും ആവാസ സൗകര്യങ്ങളുമുള്ള സ്ഥലങ്ങളിലേ ഇവിടുത്തെപ്പോലുള്ള പക്ഷികളുണ്ടാവൂ."

"അതാണ് ഞാൻ പറഞ്ഞത്."

"ഇവിടുത്തെ പക്ഷികളെക്കുറിച്ച് പഠനം നടത്തേണ്ടതിന്റെ ആവശ്യം ഞാൻ വേറെ ചിലരോട് ചർച്ച ചെയ്തിട്ടുണ്ട്."

"അവരുടെ അഭിപ്രായം എന്താ?"

"അവരും വലിയ താല്പര്യമാണു പ്രകടിപ്പിച്ചിട്ടുള്ളത്."

"പഠനം വളരെ വൈകുമോ?'

"ഇല്ല വേഗം തീർക്കാനാണ് ഉദ്ദേശിക്കുന്നത്. പഠന റിപ്പോർട്ട് സമർപ്പിക്കാൻ അധികസമയം വേണ്ടിവരില്ല."

"അങ്ങനെയാണെങ്കിൽ അതേക്കുറിച്ച് ഈ നാട്ടുകാർക്ക് ഒരു ക്ലാസ് നടത്തണം."

"ഏതു വിഭാഗത്തിലുള്ളവരെയാണ് ഉദ്ദേശിക്കുന്നത്?"

"മുതിർന്നവർക്കും കുട്ടികൾക്കുമെല്ലാം ഉപകരിക്കുന്ന തരത്തിലാവണം."

"അതു പ്രയാസമാകില്ലേ പപ്പാ? കുട്ടികൾക്ക് ഇത്തരം കാര്യങ്ങൾ വേഗത്തിൽ മനസ്സിലാകും. മുതിർന്നവരെ മനസ്സിലാക്കിക്കുക പ്രയാസമാകും."

"അതവർ പരസ്പരം സഹായിച്ചും സഹകരിച്ചും. മനസ്സിലാക്കിക്കൊള്ളും. മുതിർന്നവർക്ക് പക്ഷികളെ തിരിച്ചറിയാൻ കഴിയും. മാത്രമല്ല ഇവിടെ സ്ഥിരമായി വരുന്ന പക്ഷികളെക്കുറിച്ച് കുറച്ചൊക്കെ അറിവും ഉണ്ടായിരിക്കും. കുട്ടികളെ പ്രധാനമായി കരുതിയാൽ മതിയാകും."

കാവിൽ സ്ഥിരമായിട്ടുള്ള പക്ഷികളുണ്ട്. അവയ്ക്കു വേണ്ട ആഹാരവും മറ്റു സൗകര്യങ്ങളും യഥേഷ്ടം കിട്ടുന്നതുകൊണ്ട് സുഖമായി കഴിയുകയാണ്. ചില ദേശാടനക്കിളികളുമുണ്ട് കാവിൽ. ഈ കാവിലിരുന്ന് പക്ഷികളെ നിരീക്ഷിച്ചാണ് ദിലീപ് പക്ഷിശാസ്ത്രത്തിൽ തല്പരനായത്. എന്നാൽ പഠനം നടത്തിയിരുന്നില്ല.

പപ്പൻ മാഷ് സസ്യശാസ്ത്രത്തിൽ ബിരുദമെടുത്ത ശേഷം അദ്ധ്യാപകനായി നാട്ടിൽത്തന്നെ കഴിഞ്ഞു. ദിലീപ് പക്ഷികളെക്കുറിച്ച് കൂടുതൽ പഠിക്കുവാനായി ദൂരസ്ഥലങ്ങളിലൊക്കെ സഞ്ചരിച്ചു. ഇപ്പോൾ വടക്കേ ഇന്ത്യയിലെ ഒരു കോളേജിൽ പ്രൊഫസറായി ജോലി ചെയ്യുന്നു.

പ്രൊഫസർ ദിലീപ് അവധിക്കു വരുമ്പോഴൊക്കെ വളരെ നേരം കാവലിരിക്കും. ഒപ്പം പപ്പൻ മാഷും ഉണ്ടാവും. അവർ എന്തുപറയുന്നുവെന്നോ എന്തു ചെയ്യുന്നുവെന്നോ മറ്റുള്ളവർ ശ്രദ്ധിക്കാറില്ല.

പ്രകൃതിയെ അറിയാനും അതിനോടൊത്ത് ജീവിക്കുവാനും ശ്രമിക്കുന്ന കുറേയാളുകളുടെ ഒരു പരിചിതമണ്ഡലമുണ്ട് പപ്പൻ മാഷിന്. പപ്പൻ മാഷ് വിളിക്കുമ്പോൾ അവർ വരും. പ്രകൃതി സംരക്ഷണ പ്രവർത്തനങ്ങൾ നടത്തുമ്പോൾ സഹായിക്കും. അറിവുകൊണ്ട് ശക്തമാക്കാനുള്ളതാണ് പപ്പൻ മാഷിന്റെ പ്രവർത്തനങ്ങൾ

"കാവിലെ ഉത്സവത്തിനു മുമ്പേ ക്ലാസ് നടത്തണം."

"ഞാൻ തയ്യാറാണ്."

പ്രൊഫസർ ദിലീപിന്റെ മറുപടി പപ്പൻ മാഷെ സന്തോഷിപ്പിച്ചു. മാഷ് പറഞ്ഞാൽ പ്രൊഫസർ ദിലീപിന് വേണ്ടെന്നു പറയാനൊന്നും കഴിയില്ല. അത്രയ്ക്ക് മനപ്പൊരുത്തമുള്ളവരാണവർ.

കുട്ടികളുടെയും മുതിർന്നവരുടെയും ഒരു പട്ടിക ഉണ്ടാക്കി. ക്ലാസിൽ പങ്കെടുക്കുന്നവരുടെ ഒരു യോഗം വിളിച്ചു ചേർത്തു.

മൂന്നു ദിവസത്തെ ക്ലാസുകളാണ് ആസൂത്രണം ചെയ്തത്. രാവിലെ ആരംഭിച്ചുകഴിഞ്ഞാൽ ക്ലാസ് തീരുന്നതുവരെ ഇരിക്കണമെന്നതായിരുന്നു നിബന്ധന. ഉറക്കവും രാത്രിതന്നെയാ

യാലേ രാപ്പക്ഷികളെക്കുറിച്ചുകൂടി മനസ്സിലാക്കാൻ കഴിയൂ എന്ന് പ്രൊഫസർ ആദ്യമേ പറഞ്ഞിരുന്നു.

ആദ്യത്തെ പട്ടികയിലുള്ള എല്ലാവർക്കും രാത്രി കാവിൽ താമസിക്കാൻ കഴിയുമായിരുന്നില്ല. കഴിയാവുന്നവരൊക്കെ കാവിൽ താമസിക്കുവാൻ തീരുമാനമായി.

താമസത്തിനുള്ള ഒരുക്കം പൂർത്തിയായി. തീരുമാനിച്ച ദിവസം തന്നെ ക്ലാസ് തുടങ്ങി. കാവിനടുത്തുള്ള വയൽക്കരയിലായിരുന്നു നിരീക്ഷണത്തിന്റെ തുടക്കം.

"പക്ഷികളെ നിരീക്ഷിക്കുന്നതുകൊണ്ട് എന്താണു നേട്ടം എന്നു സംശയം ഉണ്ടാകാം. ആ സംശയത്തിന് ഞാൻ ഉത്തരം പറയാം. എന്നെ നിങ്ങൾ പ്രൊഫസർ എന്നു വിളിക്കുന്നു. ആ പേരിനു കണക്കായ വരുമാനവും എനിക്കുണ്ട്. അതിനുള്ള ഒരേയൊരു കാരണം ഒരു പക്ഷിയാണ്. ഒരുപക്ഷിയെ കണ്ടപ്പോൾ അതിൽ എനിക്കും കൗതുകം തോന്നി. പക്ഷി പറന്നുപോയപ്പോൾ കൗതുകം വർദ്ധിച്ചു. ആ പക്ഷിയുടെ പിറകെയായിരുന്നു എന്റെ അന്വേഷണം. ആ അന്വേഷണം ഇപ്പോഴും തുടരുന്നു."

പ്രൊഫസർ ദിലീപിന്റെ വാക്കുകൾ സാകൂതം കേട്ടുകൊണ്ടിരുന്നു ക്ലാസിലുള്ളവർ.

"ഞാൻ പറഞ്ഞു എനിക്കുണ്ടായ വലിയ നേട്ടങ്ങൾ പക്ഷി നിരീക്ഷണത്തിലൂടെയാണ് ഉണ്ടായതെന്ന്. എന്നാൽ ആദ്യം തന്നെ എനിക്ക് പറയാനുള്ളത് നേട്ടങ്ങൾ മുന്നിൽ കണ്ട് പഠനം നടത്തരുതെന്നാണ്. പക്ഷികളെയെന്നുമാത്രമല്ല, ഏതു ജീവിയെപ്പറ്റി പഠിക്കാൻ തുടങ്ങുമ്പോഴും ആദ്യം വേണ്ട മുൻകരുതൽ ആ ജീവിക്ക് ഒരു ഉപദ്രവവും ഉണ്ടാവാതെ നോക്കണം എന്നുള്ളതാണ്. ഇതിൽ നിശ്ചയമുണ്ടായിരിക്കണം. നമ്മൾ പഠിക്കുക മാത്രമാണ് ചെയ്യുന്നത്. നാം പഠനവിധേയമാക്കുന്ന ജീവികൾ ജീവിക്കുകയാണ്. അവയുടെ ജീവിതം തകർത്തുകൊണ്ടാവരുത് നമ്മുടെ പഠനം."

ക്ലാസിൽ പങ്കെടുക്കുന്ന കുട്ടികൾ ആവേശത്തോടെയാണ് പ്രൊഫസറുടെ സംസാരത്തെ ശ്രവിച്ചത്. കുട്ടികളുടെ വളരെ സാംഗത്യമുള്ള സംശയങ്ങൾ കേട്ട് പപ്പൻ മാഷ് ആഹ്ലാദിച്ചു.

"പക്ഷികളെ നിരീക്ഷിക്കുവാൻ വേണ്ടി അവയെ പ്രത്യേക മായി വളർത്തുന്നത് ഉപദ്രവമല്ലേ സാറേ ചെയ്യുന്നത്?"

''രസത്തിനു വേണ്ടി നമ്മൾ കൂട്ടിൽ പക്ഷികളെ വളർത്തുന്നത് ക്രൂരതയല്ലേ സാറേ.."

കുട്ടികളുടെ ചോദ്യങ്ങൾ പ്രൊഫസറെ സന്തോഷിപ്പിച്ചു.

"നിങ്ങളിങ്ങനെയുള്ള നല്ല നല്ല ചോദ്യങ്ങൾ ചോദിക്കണം. എന്നോടു ചോദിച്ചതുപോലെ മറ്റുള്ളവരോടും ചോദ്യങ്ങൾ ചോദിക്കണം. സ്വയം ചോദിക്കാനും നിങ്ങൾക്ക് കഴിവുണ്ടാകേ ണ്ടതുണ്ട്. അപ്പോൾ സ്വയം ഉത്തരത്തിലേക്ക് എത്തിച്ചേരാനും കഴിയും. ഞാൻ കുറേക്കാലം പക്ഷികളെ നിരീക്ഷിച്ചു പഠിച്ചിട്ടു ണ്ട്. കുറച്ചു കാര്യങ്ങൾ മനസ്സിലാക്കി. എന്നാൽ അതൊക്കെ നിങ്ങളുടെ മുന്നിൽ അവതരിപ്പിക്കാനുള്ള കഴിവ് എനിക്കില്ല. എത്രയോ പേർ ഇതുപോലെ നിരീക്ഷിച്ചുകൊണ്ടിരിക്കുന്നു. ഇന്നത്തെ ക്ലാസെന്നു പറയുന്നതു നിങ്ങളുടെ നിരീക്ഷണത്തി നുള്ളതാണ്. ഞാൻ കണ്ടതിലുമേറെ നിങ്ങൾക്ക് കാണാൻ കഴി യും. കാരണം ഞാൻ എന്റെ രണ്ടു കണ്ണുകളും ഒരു മനസ്സും കൊണ്ടാണ് കണ്ടത്. നിങ്ങൾ ഒരുപാടു കണ്ണുകളും ഒരുപാട് മനസ്സുകളും കൊണ്ടാണ് കാണുന്നത്. എല്ലാം അറിയാൻ ആർക്കും കഴിയില്ല. കണ്ടുകൊണ്ടേയിരിക്കുക. ചോദിച്ചുകൊണ്ടേ യിരിക്കുക. എല്ലാറ്റിനും ഉത്തരങ്ങൾ ലഭിച്ചു എന്നുവരില്ല. ചില തൊക്കെ ഞാൻ പറയാൻ ശ്രമിക്കാം. ഞാൻ പറയുന്നതു മുഴു വൻ ശരിയായിരിക്കണമെന്നില്ല. എന്തായാലും എല്ലാം പറയാൻ എനിക്കു കഴിയില്ല എന്നതാണ് സത്യം. നമുക്ക് ശ്രമിച്ചു നോക്കാം. മൂന്നു ദിവസങ്ങൾകൊണ്ട് നമ്മൾ ഒരു ശീലം ഉണ്ടാക്കുകയാണ്."

സാധാരണ ക്ലാസുകളിൽ പഠിപ്പിക്കുകയാണ് ചെയ്യാറുള്ള ത്. ഈ പ്രൊഫസർ പഠിക്കാൻ പഠിപ്പിക്കുകയാണ്. പുതിയ രീതി എല്ലാവരിലും കൗതുകം വളർത്തി.

"എല്ലാവരും നിരീക്ഷിച്ചുകൊണ്ടേയിരിക്കുകയാണ് ആദ്യം ചെയ്യേണ്ടത്. അവരവർ കണ്ടതു മറ്റുള്ളവരുമായി പങ്കുവെക്ക ണം. അങ്ങനെയാണ് തുടർന്നുള്ള പ്രവർത്തനങ്ങൾ."

പപ്പൻ മാഷ് ഓർമ്മിപ്പിച്ചു.

ഓരോന്നും അതാതിന്റെ സ്വാഭാവിക ചുറ്റുപാടിൽ നിരീ

ക്ഷിക്കുന്നതിന്റെ പ്രാധാന്യം ചോദ്യോത്തരങ്ങളിലൂടെ കുട്ടികൾ ഗ്രഹിച്ചു.

ശബ്ദമുണ്ടാക്കാതെ, പരിസരം പോലും അറിയാത്തവിധം അവർ കാവിലേക്കു നീങ്ങി.

ചെറുതും വലുതുമായ ധാരാളം പക്ഷികൾ കാവിലുണ്ടായിരുന്നു. പക്ഷികളുടെ ശബ്ദം കേട്ടാൽ തിരിച്ചറിയാവുന്ന മുതിർന്നവർ അവയുടെ ലക്ഷണങ്ങൾ രേഖപ്പെടുത്തി. വളരെ താഴ്ന്ന ശബ്ദത്തിൽ എന്തൊക്കെ ചെയ്യണമെന്ന് പ്രൊഫസർ വിശദീകരിക്കുന്നുണ്ടായിരുന്നു

മണിക്കൂറുകളോളം കാവിൽ ഇരുന്നശേഷം തിരിച്ച് വയൽക്കരയിലെത്തി. കണ്ടെത്തിയ പക്ഷികളുടെ നിറം, ആകൃതി, ശബ്ദം എന്നിവയെക്കുറിച്ചുള്ള ചർച്ചകൾക്കു ശേഷം അംഗീകൃത തത്ത്വങ്ങളും നിഗമനങ്ങളും പ്രൊഫസർ ദിലീപ് പറഞ്ഞു

കൊടുത്തു.

കാവിന്റെ പ്രാധാന്യം അവർക്കു മനസ്സിലാവുകയായിരുന്നു. എത്രയേറെ ജീവികളുടെ ആവാസവ്യവസ്ഥയുണ്ട് കാവിലെന്ന് അവർ അത്ഭുതപ്പെട്ടു.

"ഞാൻ കുറേതരം പൂമ്പാറ്റകളെ എണ്ണി. വേഗത്തിൽ തിരിച്ചറിയാൻ കഴിയുന്ന മുപ്പത്താറു തരം പൂമ്പാറ്റകൾ കാവിലുണ്ട്."

ബിജു അവന്റെ കണ്ടെത്തൽ അവതരിപ്പിച്ചു. പ്രൊഫസർ അവനെ പ്രോത്സാഹിപ്പിച്ചുകൊണ്ട് സംസാരിച്ചു.

"ബിജു ഒറ്റനോട്ടത്തിൽത്തന്നെ ഇത്രയധികം കണ്ടിരിക്കുന്നു. ഇവയ്ക്ക് പേരുകളുണ്ട്. പൂമ്പാറ്റകളിൽ ചിലത് ഇതുവരെ മറ്റു സ്ഥലങ്ങളിൽ രേഖപ്പെടുത്താത്തവയും ഉണ്ടാവാൻ ഇടയുണ്ട്. കേരളത്തിൽനിന്ന് പുതിയ ഇനം പൂമ്പാറ്റകളെ ഈയടുത്തും കണ്ടെത്തിയിട്ടുണ്ട്. ബിജു... നിങ്ങൾ കുട്ടികൾക്ക് ശരിയായ നിരീക്ഷണ രീതിയിലൂടെ പല മേഖലകളിലും ഉയർന്നുപോകാൻ കഴിയും. പപ്പനും ഞാനും ഇവിടെയിരുന്ന് നോക്കി നോക്കിക്കണ്ടാണ് ഇതിൽ താല്പര്യമുണ്ടായത്. പപ്പന് സസ്യങ്ങളിൽ കൂടുതൽ ഇഷ്ടം തോന്നി. എനിക്ക് പക്ഷികളിലും. ബിജുവിന് പൂമ്പാറ്റകളിലാണ് താല്പര്യമെങ്കിൽ ആ വഴിക്കു പോകാം. ഒരുപാട് പഠിക്കാനുണ്ട്. പൂമ്പാറ്റകളെക്കുറിച്ചു പഠിച്ചവരെ നമുക്കിവിടെ കൊണ്ടുവരാം. അവർക്കൊക്കെ ഇങ്ങനെയുള്ള സ്ഥലങ്ങളിലേക്കുവരാൻ സന്തോഷമേ ഉണ്ടാവൂ"

രാത്രി ആർക്കും ഉറങ്ങണമെന്നു തോന്നിയതേയില്ല. ഭക്ഷണത്തിന്റെ കാര്യം തന്നെ മറന്നു. പക്ഷികളുടെ ചിറകടികളുടെ താളം അവരെ ആനന്ദിപ്പിച്ചു. കിളികളുടെ പാട്ടിന്റെ മാധുര്യം അവരുടെ ഹൃദയം നിറച്ചു.

മൂന്നു ദിവസം കൊണ്ട് ഓരോരുത്തരുടെ നോട്ടുബുക്കിലും അന്നേവരെ കേട്ടിട്ടില്ലാത്ത ഒട്ടേറെ അറിവുകൾ നിറഞ്ഞു. സ്വന്തം അയൽവക്കത്ത് ഇത്രയും വിജ്ഞാനം അറിയപ്പെടാതെ കിടന്നിരുന്നല്ലോ എന്നത് അവരെ അതിശയിപ്പിച്ചു.

എന്തായാലും പൂമ്പാറ്റകളെക്കുറിച്ചും സൗകര്യമുണ്ടാകുമ്പോൾ പഠന ക്ലാസ് നടത്താമെന്ന് പപ്പൻ മാഷ് ഉറപ്പു കൊടുത്തശേഷമാണ് എല്ലാവരും പിരിഞ്ഞുപോയത്.

പതിമൂന്ന്

ഉത്സവത്തിന് ഒരാഴ്ചയേ ബാക്കിയുള്ളൂ. ക്ഷേത്രമുറ്റവും പറമ്പും ചെത്തിമിനുക്കാൻ തുടങ്ങി. വിളക്കുവെക്കുന്ന തറയ്ക്കു ചുറ്റുമുള്ള പുല്ലു ചെത്തിവൃത്തിയാക്കി. വഴികളിലുള്ള മുള്ളും മറ്റും ചെത്തിക്കളഞ്ഞു. എല്ലാവർഷവും ഇങ്ങനെ ചെയ്യാറുള്ള താണ്.

കാടിന്റെ കുറേഭാഗം മുറിച്ചു നീക്കണമെന്ന് ചിലർക്കു തോന്നി. അവർ ആരോടും പറയാതെയും ചോദിക്കാതെയും മര ങ്ങൾ മുറിക്കാനും തുടങ്ങി. വൃത്തിയാക്കുന്നു എന്നതാണ് അവ രുടെ ഭാവം. ക്ഷേത്രത്തിന്റെ പടിഞ്ഞാറെ മുറ്റത്ത് തണൽ നല്കി യിരുന്ന മരങ്ങളും വള്ളികളും മുറിച്ചു നീക്കി. അവിടെയൊക്കെ വെയിൽ വീണു.

മുറിച്ചു നീക്കിയവർക്കു സന്തോഷമായി. കാടിന്റെ കുറേ ഭാഗം പോയപ്പോൾ വൃത്തിയായി എന്ന് അവർ കാണുന്നവരോ ടൊക്കെ പറയുകയും ചെയ്തു. ആ കേട്ടവർക്കൊന്നും അവർ ചെയ്തത് തെറ്റാണെന്നു തോന്നിയില്ല. നന്നായി എന്ന് അഭി പ്രായപ്പെടുകയും ചെയ്തു.

ആ ദിവസങ്ങളിൽ പപ്പൻ മാഷ് നാട്ടിൽ ഉണ്ടായിരുന്നില്ല. പപ്പൻ മാഷും പ്രൊഫസർ ദിലീപും കുറേ കുട്ടികളും പ്രകൃതി പഠനത്തിനായി ഒരു മലമ്പ്രദേശത്ത് പോയിരിക്കയായിരുന്നു.

വൃത്തിയായി എന്നു വിചാരിച്ച സ്ഥലത്തുനിന്ന് ഒരു വഴിയാത്രക്കാരനെ പാമ്പുകടിച്ചു എന്ന വാർത്ത നാട്ടുകാരെ പരിഭ്രാന്തരാക്കി.

വിഷം തീണ്ടിയ ആളെ ആശുപത്രിയിലേക്കു കൊണ്ടുപോയിട്ടുണ്ട്. പെട്ടെന്ന് ആശുപത്രിയിലെത്തിക്കാൻ കഴിഞ്ഞതുകൊണ്ട് അയാൾ രക്ഷപ്പെട്ടു.

നാട്ടുകാരുടെ ഓർമ്മയിൽ ആദ്യമായാണ് കാവിലെ പറമ്പിൽനിന്ന് ഒരാളെ പാമ്പുകടിക്കുന്നത്.

കാടു മുറിച്ചപ്പോൾ പാമ്പു പുറത്തുവന്നതാണെന്ന സാധാരണ അഭിപ്രായം കുറേയാളുകൾ പ്രകടിപ്പിച്ചു. കാടു മുഴുവൻ ഇല്ലാതാക്കിയാലേ പാമ്പിന്റെ ശല്യം ഇല്ലാതാവൂ എന്നു പറയുന്നവരും ഉണ്ട്. ദാസന്റെ ചായപ്പീടികയിൽനിന്ന് ആളുകൾ വളരെ നേരം തർക്കിച്ചു കൊണ്ടിരുന്നു.

നാണുനായരെ പാമ്പു കടിച്ചത് കാവിൽനിന്നല്ലല്ലോ, റോഡിൽ നിന്നല്ലേ എന്നു ചിലർ ചോദിച്ചു. കുഞ്ഞുലക്ഷ്മിയെ പാമ്പു കടിച്ചത് സ്വന്തം വീട്ടുമുറ്റത്തുനിന്നാണ്. ഇതും കാവിന്റെ തകരാറല്ല. കാവിൽ പാമ്പുണ്ടാകും എന്ന് എല്ലാവരും പറഞ്ഞു. അതു വെളുപ്പിക്കുന്നതാണ് ഉത്തമമെന്നു പറഞ്ഞവർ അതിൽത്തന്നെ ഉറച്ചുനിന്നു.

കാവിൽ ഉത്സവം ആരംഭിക്കുന്നതിനുമുന്നേ കാട് വെട്ടിത്തെ

ളിക്കാൻ ചിലർ തീരുമാനിച്ചു. അതിനു വേണ്ട ഏർപ്പാടുകളും അവർ ചെയ്തു.

പപ്പൻ മാഷും പ്രൊഫസർ ദിലീപും കുട്ടികളും പഠനയാത്രകഴിഞ്ഞു തിരിച്ചുവന്നു. കാടുവെട്ടി തീയിട്ടതുകണ്ട് അവർ ഞെട്ടി.

പക്ഷി നിരീക്ഷണ ക്ലാസിൽ പങ്കെടുത്തവരുടെ എതിർപ്പിനെ അവഗണിച്ചാണ് കാടുവെട്ടിയത്. അതു സംരക്ഷിക്കാൻ കഴിഞ്ഞില്ലല്ലോ എന്ന് കണ്ട് പപ്പൻ മാഷ് സങ്കടപ്പെട്ടു.

ഓർമ്മവെച്ച കാലം മുതൽ കാണുന്ന കാടാണ്. അതു വെട്ടിത്തെളിക്കാൻ മുമ്പും പലതവണ ശ്രമം ഉണ്ടായിരുന്നു. ആ സമയത്തൊക്കെ കാവിന്റെ ഗുണഗണങ്ങൾ പറഞ്ഞു ബോദ്ധ്യപ്പെടുത്തി അവരെ പിന്തിരിപ്പിച്ചു.

ക്ഷേത്ര വികസനമെന്ന ആവശ്യമുയർന്നപ്പോഴും പപ്പൻ മാഷ് മുന്നിട്ടിറങ്ങി തടഞ്ഞതായിരുന്നു. നാട്ടുകാരുടെ വൈദ്യൻമാരായ കുമാരവൈദ്യരും ഗോവിന്ദ വൈദ്യരും പപ്പൻ മാഷുടെ ഒപ്പമുണ്ടായിരുന്നു. വൈദ്യർക്ക് ആവശ്യമുള്ള മിക്കവാറും മരുന്നുകൾ ആ കാവിനകത്ത് വളരുന്നുണ്ട്. അവർ ഔഷധസസ്യങ്ങൾ ശേഖരിച്ചിരുന്നത് കാവിൽ നിന്നാണ്.

പാമ്പു കടിച്ച സ്ഥലമാണെന്ന് കരുതി ആരും റോഡ് നശിപ്പിച്ചിട്ടില്ല. വീട്ടുമുറ്റം കിളച്ചുമറിച്ചിട്ടില്ല. പാമ്പിന്റെ പേരും പറഞ്ഞ് ഒരുപാട് ജീവികളുടെ ആവാസകേന്ദ്രമാണ് നശിപ്പിച്ചിരിക്കുന്നത്.

പക്ഷി നിരീക്ഷണത്തിന്റെ ദിവസങ്ങൾ കുട്ടികൾ വേദനയോടെ ഓർത്തു. തിത്തിരിപ്പക്ഷിയും വണ്ണാത്തിപ്പുള്ളും പൂത്താങ്കീരിയും ചെമ്പോത്തും മൈനയും ബുൾബുളും കരയുന്നത് കുട്ടികളുടെ മനസ്സിനെ നൊമ്പരപ്പെടുത്തി.

പലതരം പാമ്പുകളുള്ള കാടായിരുന്നു. കാട് പോയതോടെ പാമ്പുകളുടെ താമസം പ്രയാസമായി. അവയെക്കൊണ്ട് ഇനിയാവും ബുദ്ധിമുട്ടുക എന്ന് ചിലർ അഭിപ്രായപ്പെട്ടു.

പ്രൊഫസർ ദിലീപ് പപ്പൻ മാഷോട് പറഞ്ഞു.

“ഞാൻ തിരിച്ചുപോവുകയാണ്. ഇനി ഉത്സവത്തിനു വേണ്ടി കാത്തു നില്ക്കുന്നതിൽ അർത്ഥമില്ല. കാവും കാവിലെ പക്ഷികളുമാണ് എന്നെ ഇങ്ങോട്ട് തിരിച്ചുകൊണ്ടുവന്നത്. വേണ്ട.

ഈയൊരു കാഴ്ച കണ്ടുകൊണ്ടു ഇവിടെ നില്ക്കാൻ എനിക്കു കഴിയില്ല. ഞാൻ പോവുകയാണ് പപ്പാ."

നിറകണ്ണുകളോടെയാണ് അദ്ദേഹം പോയത്.

അടുത്ത ദിവസം കുട്ടികൾ പപ്പൻ മാഷുടെ വീട്ടിലെത്തി. മാഷ് കിടന്ന കിടപ്പിൽത്തന്നെയാണ്. എഴുന്നേല്ക്കാൻ കഴിയുന്നില്ല.

"മാഷേ.. മാഷേ..."

കുട്ടികൾ വിളിച്ചു. കുട്ടികളായതുകൊണ്ട് മാഷ് വളരെയധികം ശ്രമിച്ച് എഴുന്നേറ്റ് പുറത്തേക്കുവന്നു. മാഷിന്റെ കണ്ണുകൾ കലങ്ങിയിരുന്നു. കുട്ടികളുടെ മുഖം ശോകാർദ്രമായിരുന്നു.

പപ്പൻ മാഷിന്റെ കണ്ണുകൾ നിറഞ്ഞൊഴുകി. കുട്ടികളുടെ നേരെ നോക്കാൻ കഴിവില്ലാതെ അദ്ദേഹം തലകുനിച്ചു നിന്നു.

ആർക്കും ഒന്നും പറയാൻ കഴിയുന്നില്ല. അവസാനം ഗദ്ഗദം നിറഞ്ഞശബ്ദത്തിൽ മാഷ് പറഞ്ഞു.

"കാവു രക്ഷിക്കാൻ വേണ്ടി ആവുന്നതു ഞാൻ ചെയ്തത് നാട്ടുകാർക്കു വേണ്ടിയാണ്. ഇത്രനാളും ഞാൻ ചെയ്തത് വെറുതെയായിപ്പോയല്ലോ മക്കളേ."

പിന്നീടൊന്നും പറയാൻ കഴിയാതെ മാഷ് മുഖം പൊത്തി ഇരുന്നുപോയി.

കുട്ടികൾ മുഖത്തോടു മുഖം നോക്കി ഏറെ നേരം ഇരുന്നു.

"മാഷ് പറയാറില്ലേ ഒരു മരം മുറിക്കുമ്പോൾ നാലു മരം വെച്ചുപിടിപ്പിക്കണമെന്ന്. ഉടനെ നമ്മൾ കുറേ തൈകൾ കൊണ്ടുവന്ന് നട്ടുപിടിപ്പിക്കും. മാഷ് ഞങ്ങളുടെ ഒപ്പം വന്നാൽ മതി. ഞങ്ങൾ ചെയ്തോളാം പണിയൊക്കെ."

ബിജുവിന്റെ വാക്കുകൾ കേട്ട് മാഷ് അത്ഭുതപ്പെട്ടു. മാഷ് തലയുയർത്തിനോക്കി.

"ഇനി തുടങ്ങുകതന്നെ. താമസിക്കേണ്ട. നമ്മൾക്ക് അങ്ങോട്ടു പോകാം. മാഷ് വരൂ."

ബിനു പറയേണ്ടതാമസം എല്ലാവരും മുന്നോട്ടു നീങ്ങി. പപ്പൻ മാഷുടെ കാലുകൾ അവരെ പിന്തുടർന്നു.

●

9 789390 301171

Printed by Libri Plureos GmbH in Hamburg,
Germany